'இளம்பிறை' **எம்.ஏ.ரஹ்மான்**

இருட்டடிப்புகளை மீறி வெளிச்சத்துக்கு வந்தவர்

கலாபூஷணம் ஏ.பீர் முகம்மது
B.A.,PGDE, Dip.in Edu.mgt, Dip.in psychology

Pages
BOOKHOUSE

014781_4/52

வெளியீட்டெண் - 13

இளம்பிறை எம்.ஏ.ரஹ்மான்

இருட்டடிப்புகளை மீறி வெளிச்சத்துக்கு வந்தவர்

ஆசிரியர்	:	கலாபூஷணம் ஏ.பீர் முகம்மது
முதற் பதிப்பு	:	ஒக்டோபர் 2022
பதிப்புரிமை©	:	ஆசிரியருக்கு
தளக்கோலம்	:	சாஜித் அலி
அட்டை	:	அஸார் வஸீர்
விலை	:	ரூபாய் 560.00
வெளியீடு	:	பேஜஸ் புத்தக இல்லம், 117, பட்டினப் பள்ளி வீதி, அக்கரைப்பற்று - 02.
அச்சகம்	:	குமரன் அச்சகம், கொழும்பு - 06.

ilampirai M.A. Rahman

Iruttadippukalai Meeri Velichatthukku Vanthavar

Author	:	Kalabooshanam A. Peer Mohamed
First Edition	:	October 2022
Layout	:	Sajith Ali
Cover Design	:	Azar Wazeer
Copy Right ©	:	Author
ISBN	:	978-624-6047-11-5
Price	:	Rs. 560.00
Published by	:	Pages Book House, 117, Town Mosque Road, Akkaraipattu - 02.
Printers	:	Kumaran Printers (Pvt) Ltd, Colombo - 06.

சமர்ப்பணம்

என் எழுத்து முயற்சிகளுக்கு
தன் எழுத்துகளால்
உந்துசக்தியாய்
அமைந்த
எஸ்.பொ வுக்கு

அத்தியாய அணிவகுப்பு

» என்னீடு 06

» முன்னீடு 09

» பதிப்பீடு 11

வரிசை

1. இளம்பிறை எம்.ஏ.ரஹ்மான் - வாழ்வின் பக்கங்கள் 13
2. இலங்கையில் இருபத்தெட்டு வருடங்கள் 21
3. எஸ்.பொன்னுத்துரையுடனான உறவு - I 26
4. எஸ்.பொன்னுத்துரையுடனான உறவு - II 29
5. ஸாஹிரா மகாநாடும் முட்டையடி வாங்கிய சாகித்திய விழாவும் 33
6. அரசு வெளியீடு 40
7. இலக்கிய வானில் இளம்பிறை 45
8. பூத்துக் குலுங்கிய இளம்பிறை 50
9. சிறப்பிதழ்களாக இளம்பிறை 54
10. மஹாகவியின் குறும்பா : மக்கள் மயப்படுத்திய இளம்பிறை 62
11. வரலாற்றில் வாழும் இளம்பிறை 68
12. படைப்பு எத்தனத்தில் 72
13. உருவகக் கதையில் 76
14. சிறுகதைப் பரப்பில் 81
15. சிறுவர் இலக்கிய ஈடுபாட்டில் 87
16. நாடக இலக்கியத்தில் 95
17. பதிப்புரை இலக்கியத்தில் 102
இணைப்பு - *1* 107
இணைப்பு - *2* 108
இணைப்பு - *3* 109
18. பிற்சேர்க்கை 112

என்னீடு

எனக்கு இன்னமும் நன்றாக நினைவிருக்கிறது. 1965 ஆம் ஆண்டு. நான் பத்தாம் வகுப்பில் படித்துக் கொண்டிருக்கிறேன். தந்தையிடம் பணம் பெற்று இளம்பிறை என்ற இலக்கிய சஞ்சிகைக்கு சந்தாதாரர் ஆனேன்.

இளம்பிறை தன் இலக்கியப் பயணத்தை நிறுத்திக் கொள்ளும்வரை அதனைத் தவறாமல் வாசித்தேன்.

என் இலக்கியப் பிரவேசமும் இளம்பிறையூடாகத்தான் (1965 செப்) நிகழ்ந்தது. எனதான இலக்கிய வாழ்வின் பெரும் கணியம் அச்சஞ்சிகைக்கே உரியது என்றே நான் இன்றளவும் விசுவாசிக் கின்றேன்.

மட்டக்களப்பு வந்தாறுமூலை மத்திய கல்லூரி விடுதியில் என்னோடு ஒன்றாகத் தங்கியிருந்து கல்வி கற்ற த.கோபால கிருஸ்ணன் என்பவருக்கு இளம்பிறை சஞ்சிகையை வாசிக்கக் கொடுத்து பின்னர் கலந்துரையாடுவோம். செங்கதிரோன் என்ற பெயரில் தற்போது அறியப்படும் த.கோபாலகிருஸ்ணன் செங்கதிர் என்ற இலக்கிய மாசிகையை வெளியிட்டவர். அதில் எனது ஆக்கங்கள் பல வெளிவந்துள்ளன. இளம்பிறை என்னை வளர்த்தெ டுத்தது. செங்கதிர் எனக்கு வெளிச்சம் தந்தது.

இளம்பிறை வாசிப்பின் ஊடாக பிரபல எழுத்தாளர் எஸ். பொன்னுத்துரையின் எழுத்திலும் பேச்சிலும் எனக்கு பாரிய ஈர்ப்பு ஏற்பட்டது.

மட்டக்களப்பில் எஸ்.பொ கலந்து கொள்ளும் இலக்கியக் கூட்டங்களில் தவறாமல் கலந்து கொள்வேன். அவர் எழுதிய அநேக நூல்களை வாசித்திருக்கிறேன். இஸ்லாமும் தமிழும் மற்றும் வரலாற்றில் வாழ்தல் என்னும் அவரது இரண்டு நூல்களைப் பல தடவைகள் படித்துள்ளேன்.

கடந்த ஆண்டு (2021) நவம்பரில் 'எஸ்.பொன்னுத்துரை: முஸ்லிம்களுடனான உறவும் ஊடாட்டமும்' என்ற நூலை வெளியிட்டேன். அந்த நூலை 'பேஜஸ் புத்தக இல்லம்' (அக்கரைப்பற்று - இலங்கை) அதன் பொறுப்பில் வெளியீடு செய்து தந்தது. அதனை வெளியிட்டபோதுதான் இளம்பிறை ரஹ்மான் பற்றியும் நூலொன்றை வெளியிடும் எண்ணம் என் மனதில் கருக்கொண்டது. இளம்பிறை எம்.ஏ.ரஹ்மான் : இருட்டடிப்புகளை மீறி வெளிச்சத்துக்கு வந்தவர் என்ற நூல் இப்போது உங்களிடம்..

இலக்கிய நகர்வுகளை ஓரளவு விளங்கிக் கொள்ளும் பக்குவம் எனக்கு ஏற்பட்டபோது எம்.ஏ.ரஹ்மான் எஸ்.பொன்னுத்துரையுடன் நெருக்கமான நட்புக் கொண்டிருப்பதன் காரணமாகவே ரஹ்மான் இருட்டடிப்புக்குள்ளாவதை விளங்கிக் கொண்டேன். புலமைத் திமிர் கொண்ட சிலரினால் அவர் இந்த நிலைக்கு ஆளாவது பற்றி வ.அ.இராசரத்தினம் உட்பட பிரபல எழுத்தாளர்கள் பலரும் அக்காலத்தில் பேசிக் கொண்டனர். அது இன்னமும் என் மனதில் செப்பமாகப் பதிவிறக்கம் செய்யப்பட்டுள்ளது. இளம்பிறை ரஹ்மான் அவற்றையெல்லாம் மீறி இயங்கிக் கொண்டிருந்தார். அதுபற்றி நான் அறிவேன். இந்நூல் வெளிவர அதுவும் காரணமாயிற்று.

எனது எண்ணங்கள் நூலாகத் துணிந்து 'இளம்பிறை எம்.ஏ. ரஹ்மான் இருட்டடிப்புகளை மீறி வெளிச்சத்துக்கு வந்தவர்' என்ற தலைப்பில் உங்களோடு உறவாடுகின்றது.

இந்நூலின் பதினேழு அத்தியாயங்களில் அவரின் இலக்கிய வாழ்வின் ஒரு பின்னத்தைத் தரிசிக்கலாம் என்பது என் கட்சி.

எஸ்.பொ பற்றிய எனது நூலிலிருந்து சில பந்திகள் இங்கு தவிர்க்க முடியாமல் பிரதி செய்யப்பட்டுள்ளன. என்னையும் மீறி சந்தர்ப்ப சூழ்நிலைகளுக்காக இரண்டொரு வசனங்கள் கூறியது கூறலாகவும் வந்துள்ளன..

அறுபதுகளிலிருந்து எழுபதுகளின் முன்கந்தாயம் வரையான காலகட்டத்தின் இலக்கிய வரைபடமாகவும் இந்நூல் கோலம் தரும் வாய்ப்பு உள்ளது.

இளம்பிறை சஞ்சிகைகள் அனைத்தும் கிடைக்கவில்லை என்பது என்னளவில் கவலையான விடயமாகும். மற்றொரு பதிப்பில் அதனைச் செயற்படுத்தலாம் என்ற நம்பிக்கை உண்டு.

அரை நூற்றாண்டு கடந்தும் 'உண்மை ஒருநாள் வெளிவரும்' என்ற தேற்றத்தை இந்நூல் நிறுவுகின்றது. இலங்கையில் வருடாந்தம் வழங்கப்படும் 'அருள்வாக்கி நேசன் விருது' இவ் வருடம் ரஹ்மானுக்குக் கிடைத்தமை இதனை மேலும் ருசுப்ப டுத்துகின்றது. அக்கரைப்பற்று புத்தகக் காட்சி விருது -2022 இம் முறை இளம்பிறை எம்.ஏ. ரஹ்மானுக்கு வழங்கப்படுவது இன்னு மொரு சாட்சியமாகும்.

பல்வேறு தொடர் பணிகளுக்கு மத்தியிலும் இந்நூலை வெளி யீடு செய்த பேஜஸ் புத்தக இல்ல நிறைவேற்றுப் பணிப்பாளர் சிராஜ் மஷ்ஹூர் அவர்களுக்கும் இந்நிறுவனத்தின் ஏனைய உறுப் பினர்களுக்கும் எனது மனப்பூர்வமான நன்றிகள்.

இனி வாசித்து கருத்துப் பகிர்தல் உங்கள் வசம்.

மிக்க நன்றி

ஏ.பீர் முகம்மது,
510, ஆஸ்பத்திரி வீதி,
சாய்ந்தமருது, இலங்கை.
15.09.2022
Tel : +94767498887
E-Mail : apeermohamed@gmail.com

முன்னீடு

அக்கரைப்பற்றும் நானும்

1962ல் அரசு வெளியீடு ஆரம்பித்தேன். அக்காலத்தில் யாழ்ப் பாணத்து மூத்த-இளைய எழுத்தாளர்களின் ஆக்கங்கள் எல்லாம் நூலுருப் பெற்றிருந்தன. ஆனால் கிழக்கு இலங்கையின் ஆக்கங்கள் நூலுருப் பெறவில்லை.

மூத்த எழுத்தாளர்களான பித்தன் ஷா, வ.அ.இராசரத்தினம் போன்றோரின் ஆற்றல் இலக்கியங்கள் நூலாக வெளிவராமை கண்டு வெதும்பினேன்.

அரசு வெளியீடுவின் முதல் நூலாக வ.அ.இராசரத்தினத்தின் 'தோணி' வெளிவந்தது. அடுத்து க.செபரத்தினம், புலவர்மணி பெரியதம்பிப்பிள்ளை ஆகியோரின் நூல்களை வெளியிட்டேன்.

அவ்வாண்டு முதன் முறையாக இரண்டு நூல்கள் சாகித்திய மண்டல பரிசில்கள் வென்றன. மகிழ்ந்தேன்.

மூன்றாவதாக சாகித்திய மண்டல பரிசு பெற்ற அக்கரைப்பற்று ஏயாரெம் சலீம் எழுதிய, ஈழத்து முஸ்லிம் புலவர்கள் என்ற நூலையும் நானே அச்சிட்டு வெளியிட்டேன். மூன்றாவது நூலாக இதுவும் சாகித்திய மண்டலப்பரிசு பெற்றது. மட்டற்ற மகிழ்ச்சி அடைந்தேன்.

கவிஞர் சலீம் அவர்களால் எனக்கு அக்கரைப்பற்று தொடர்பு ஏற்பட்டது. அவ்வூர் ஆசிரியரான பி.எஸ். மீரா என்பவர் நூல் அச்சிடும் நோக்கில் என்னை அணுகினார். இலக்கிய ஆர்வலராக இருந்த மையால் எமது நட்பு வளர்ந்தது. மாணாக்கருக்கான ஏடு ஒன்று வெளியிட ஆர்வம் கொண்டிருந்தார். அது பற்றி நிறையப் பேசினோம். அதற்கான செலவை மீட்டெடுப்பதிலுள்ள சிரமங்களை உணர்ந்து கைவிட்டார்.

அப்போதுதான் நான் மாசிகை ஒன்று வெளியிடும் எண்ணத்தை அவருடன் பகிர்ந்து கொண்டேன். நீண்ட நெடிய விவாதம் பயனுள்ளதாக அமைந்து இளம்பிறை உருவானது.

என் எண்ணம் நிறைவேறி இளம்பிறை வெளிவந்து, 48 ஆண்டுகளுக்குப் பின்னர் இளம்பிறையின் சாதனையை விதந்தோதும் நூல் ஒன்று அக்கரைப்பற்றில் வெளியிடும் காலம் கனிந்ததை எண்ணி இறும்பூதெய்துகின்றேன்.

அது அதிசயம் என்றால் இன்னொரு அதிசயமும் நிகழ்ந்துள்ளது. இளம்பிறை வாசகராக இருந்து உயர்ந்து இன்று உந்நத நிலையில் இருக்கும் கலாபூஷணம் பீர் முகம்மது அவர்களே இந்நூல் எழுதி உலகெங்கும் வெளிச்சம் பெற வைத்துள்ளார்.

என்னே சித்திர விசித்திரம். காலத்தின் கோலம். எல்லாம் வல்ல இறைக்கே எல்லா புகழும்.

என் ஆருயிர் நண்பனும் சகாவுமான எஸ்.பொ. நூலை வெளியிட்டவரும் இந்நூலை வெளியிடுபவருமான பேஜஸ் புத்தக இல்ல நிறைவேற்றுப் பணிப்பாளர் சிராஜ் மஷ்ஹூர் அவர்களுக்கு உளங்கனிந்த நன்றியைச் சமர்ப்பிக்கின்றேன்.

எம்.ஏ.ரஹ்மான்,
சென்னை.
5.10.2022

பதிப்பீடு

தமிழ்நாடு சிவகங்கை மாவட்டத்திலுள்ள திருப்புத்தூரில் பிறந்த எம்.ஏ.ரஹ்மான், மார்க்கக் கல்வி பயில்வதற்காக இலங்கை வந்தார். ஆனால், இங்கு அவரது வாழ்க்கை இலக்கியம், எழுத்து, சஞ்சிகை, அச்சகம், நூலுருவாக்கம் என்று புதுப்பொலிவு பெற்றது.

ரெயின்போ அச்சகம், அரசு பதிப்பகம், இளம்பிறை சஞ்சிகை என்பவை எம்.ஏ.ரஹ்மானிலிருந்து பிரிக்க முடியாத கூறுகளாக ஆகிவிட்டன. அவர் 'இளம்பிறை' ரஹ்மான் என்றே இன்றும் அறியப்படுகிறார்.

20ஆம் நூற்றாண்டின் பின் அரைப்பகுதி சகாப்த தமிழ் இலக்கிய வரலாற்றில், எம்.ஏ.ரஹ்மானின் பங்கும் பணியும் அளப்பரியது. எஸ்.பொன்னுத்துரை, மஹாகவி, வ.அ.இராசரத்தினம் போன்ற இலக்கிய ஆளுமைகளின் நூல்களையும் எழுத்துக்களையும் வெளிக் கொணர்வதில் எம்.ஏ.ரஹ்மான் மிக முக்கிய பங்காற்றினார்.

கிழக்கிலங்கை நூல்களுக்கு சாகித்திய மண்டலப் பரிசுகளை வென்றெடுக்கும் அளவிற்கு அவரது முயற்சிகள் அளப்பரியன. அவர் வெளியிட்ட இளம்பிறை சஞ்சிகையும், அரசு பதிப்பக நூல்களும் காலத்தால் அழியாதவை. இப்படித்தான் அவர் ஈழத்துத் தமிழ் இலக்கிய வரலாற்றில் அழியாத தடம் பதித்தார். அவரே கட்டுரைகளையும் ஆக்க இலக்கிய படைப்புகளையும் நூல்களையும் எழுதி வெளியிட்டார். இவ்வளவு முக்கியத்துவமிக்க ஓர் ஆளுமை, காலவோட்டத்தில் இருட்டடிப்புகளுக்கு ஆளானார்.

கலாபூஷணம் ஏ.பீர் முகம்மது

மங்கிய ஒளியில் அவரது பங்களிப்புகள் மறைந்திருந்தன. இந்தப் பெரிய ஆளுமையின் வரலாற்றுப் பங்களிப்புகளுக்கு புதுவெளிச்சம் பாய்ச்சவேண்டுமென விரும்பினோம்.

கலாபூஷணம் ஏ.பீர் முகம்மது, இதற்குக் கைகொடுத்தார். 'இளம்பிறை' எம்.ஏ.ரஹ்மான் குறித்த இந்த அரிய நூலை எழுதி எம்மிடம் தந்தார். காலத்தால் அழியாத பங்களிப்பு இது. ஒரு தொல்பொருளியலாளன் பழங்காலத்து தொல்பொருட்களை தேடித் துலக்கி, உலகின் பார்வைக்கு மீண்டும் கொண்டுவரும் பணியை ஒத்த செயல் இது.

இந்த வருடம் இளம்பிறை எம்.ஏ.ரஹ்மான் அவர்களைப் பொறுத்தவரை மிகவும் முக்கியமானது. கண்டி மாவட்டம் தெல்தோட்டை ஊடக மன்றத்தினால் 'அருள்வாக்கி நேசன்', விருது வழங்கி அவர் கௌரவிக்கப்பட்டுள்ளார். அதேபோல மூன்றாவது அக்கரைப்பற்று புத்தகக் காட்சியில், அவருக்கு சிறப்பு விருதொன்று வழங்கப்பட்டிருக்கிறது. புத்தகப் பண்பாட்டு வளர்ச்சிக்கான வாழ்நாள் பங்களிப்பை மதித்துப் போற்றும் விருது அது.

மேலும், 'இளம்பிறை எம்.ஏ.ரஹ்மான் இருட்டடிப்புகளை மீறி வெளிச்சத்துக்கு வந்தவர்' என்ற இந்த நூலும் 2022 இலேயே வெளி வருகின்றது. அந்தவகையில், இலக்கிய வரலாற்றுப் பதிவுகளில் அவரை மீண்டும் நிலைநிறுத்தும் பணியில், பங்காளர்களாக இருப்பதில் பேஜஸ் புத்தக இல்லம் மட்டில்லா மகிழ்ச்சியடைகிறது.

இந்த நூலை எழுதி வழங்கிய ஏ.பீர் முகம்மது அவர்களுக்கும், சில தகவல்களை உறுதிப்படுத்திய இளம்பிறை எம்.ஏ.ரஹ்மான் அவர்களுக்கும் தளக்கோலமிட்ட சாஜித் அலி, அட்டையை வடிவ மைத்த அஸார் வஸீர் ஆகியோருக்கும் எமது மனமார்ந்த நன்றிகள்.

சிராஜ் மஷ்ஹூர்,
பதிப்பாசிரியர்.
09.10.2022

அத்தியாயம் 01

இளம்பிறை எம்.ஏ.ரஹ்மான்
– வாழ்வின் பக்கங்கள்

செப்புமொழி பதினெட்டுடையாள் என்று பாட்டுக்கொரு புலவன் பாரதி சொல்லி வைத்த இந்தியப் பெருநிலத்தின் தென்புறத்தே பேரோடும் புகழோடும் விரிந்து கிடக்கிறது தமிழகம் என்னும் தமிழ்நாடு. கீர்த்தியும் பெருமையும் கொண்டு விளங்கும் தென் மாநிலம் அது.

'மாடுகட்டிப் போரடித்தால் மாளாது செந்நெல்'லென்று ஆனை கட்டிப் போரடிக்கும் அழகுத் திருநகரம் சென்னை' அதன் தலை நகரம். வந்தாரை வாழ வைத்த வரலாற்றுப் புகழ்மிக்க பெருநகரம்.

தலைநகரிலிருந்து 420 கிமீ தொலைவிலே சிவகங்கை மாவட் டத்தில் திருப்புத்தூர் என்னும் சிறிய கிராமம் அமைந்துள்ளது. பழம்பெருமைகளைத் தன்தோளிலே தாங்கி அமைதியாகத் தூங்கும் பல்லாயிரக் கணக்கான இந்தியக் கிராமங்களில் திருப் புத்தூர் கிராமமும் ஒன்று.

அக்கிராமத்திலே இருந்து ஆ.பி. அல்லாஹ்பிச்சை என்பவர் இலங்கை வந்து தெல்தோட்டை என்ற கிராமத்துக்குப் பக்கத்தி லேயுள்ள மலையடிவாரமொன்றில் கோப்பித் தோட்டமொன்றை நிர்வகித்து வாழ்ந்தார். அந்த மலையடிவாரத்தில் அல்லாஹ் பிச்சையின் மகனாகப் பிறந்தவர்தான் இஸ்லாமிய தமிழ் இலக்கி

யத்தின் கொடுமுடி என்று வழங்கப்படும் அருள்வாக்கி அப்துல் காதிர் புலவர் ஆவார்.

அவரிலிருந்து வெளிப்பட்ட வித்துவத் திறன் காரணமாக அவர் இஸ்லாமிய தமிழ் இலக்கியத்தின் வரலாற்றில் முன் ஆசனத்தைப் பெறுகிறார். பிற்காலத்தில் அவரின் ஞாபகார்த்தமாக அவர் பிறந்த மலையடிவாரத்திற்கு 'புலவர்மலை' என்ற பெயரும் சூட்டப் படுகின்றது. புலவர் அருள்வாக்கியின் முயற்சியால் அங்கு ஆரம் பிக்கப்பட்டதுதான் புலவர்மலைப் பாடசாலை. அது வித்துவ தீபம் மகாவித்தியாலயம் என்ற பெயரில் இன்றும் இலங்கையில் இயங்கி வருகின்றது.[1]

ஈழத்து முஸ்லிம் புலவர்களின் முன்னோடியாகக் கருதப்படும் அருள்வாக்கி அப்துல் காதிரின் மூதாதையர்கள் வாழ்ந்த இடம் திருப்புத்தூர் என்பதைச் சொல்லவே இங்கு அப்துல் காதிர் புலவ ரைப் பேச வேண்டி வந்தது.

பேராசிரியர் எம்.எம். உவைஸ் அவர்கள், இளம்பிறை சஞ்சி கையின் அருள்வாக்கி மலரில் (1965) எழுதிய 'சந்தத் திருப்புகழ் பாடிய புலவர் மலைக் கோமான்' என்ற கட்டுரையில் அருள்வாக்கி தொடர்பில் பின்வருமாறு எழுதியுள்ளார்.

"திருப்புத்தூரைச் சேர்ந்த வித்துவ சிரோமணி மஹ்மூது முத்து பாவாப் புலவர் அவர்களிடம் தமிழைக் கற்றார்"

பேராசிரியரின் இக்கூற்று அருள்வாக்கி அப்துல் காதிர் மட்டு மல்ல தமிழ் அறிஞர்கள் பலரும் வாழ்ந்த இடம் திருப்புத்தூர் என்பதை தெளிவுபடுத்துகின்றது.

திருப்புத்தூரில் இருந்து தலையை உயர்த்தி நிமிர்ந்து பார்த்தால் நாலு கி.மீ தூரத்தில் கவியரசர் கண்ணதாசன் பிறந்த சிறுகூடல்பட்டி என்ற சிறிய கிராமம் நமது பார்வைக்குத் தெரியும்.

இளம்பிறை எம்.ஏ. ரஹ்மான் எனவே பலராலும் அறியப்பட்ட இந்நூலின் நாயகன் ஆயிரத்துத் தொளாயிரத்து முப்பத்தி நாலாம் ஆண்டு மே மாதம் பத்தொன்பதாம் திகதி திருப்புத்தூர் சீதளி வட கரையில் பிறந்தார்.

திருப்புத்தூர் என்ற கிராமத்தில் வசதியோடு வாழ்ந்த வர்த்தகர்தான் ரஹ்மானின் தந்தை யூசுப் ராவுத்தர். அவர் சைனப் பீபி என்பவரைத் திருமணம் செய்து மகிழ்ச்சியோடு வாழ்ந்தவர். அவருக்கு ஊரில் கணிசமான சொத்துக்கள் இருந்தன. அத்தம்பதியினருக்கு மூத்தது ஒரே பெண்குழந்தை. பெயர் சரீபா பீபி. அடுத்த பிள்ளைகள் நான்கும் ஆண்கள். அவர்களில் மூத்தவர் அப்துல் ரஹ்மான். தம்பி அப்துல் கபூர். கோடம்பாக்கத்தில் கோப்பி விற்பனை நிலையமொன்றை நடத்தி வருகிறார்.

தாயின்மீது மிக்க அன்பு கொண்டிருந்த அப்துல் ரஹ்மான் தான் எழுதிய 'இளமைப் பருவத்திலே' என்ற தனது முதல்நூலை தாய் சைனப்பீபிக்கே சமர்ப்பணம் செய்திருந்தார்.

சன்மார்க்கக் கல்வி பயிலவென இலங்கை வந்த ரஹ்மான் இலக்கியத்தில் ஈடுபாடு கொண்டவராக மாறத் தொடங்கினார். ரெயின்போ அச்சகம் தொடங்கினார். அரசு வெளியீடு ஆரம்பித்தார். இளம்பிறை சஞ்சிகையின் ஆசிரியரானார். பிரபல எழுத்தாளர் எஸ்.பொன்னுத்துரை உட்பட சிங்கள தமிழ் முஸ்லிம் இலக்கியவாதிகள் பலருடனும் நெருங்கிப் பழகினார்.

தகவல் ஒலிபரப்புத்துறைப் பிரதியமைச்சராகவிருந்த ஏ.எல். அப்துல் மஜீது (மூதூர்) இலங்கை வானொலியின் பணிப்பாளர்களான எம்.எச்.குத்தூஸ் மற்றும் வீ.ஏ.கபூர் ஆகியோரின் காலப் பரப்பில் இலங்கை வானொலி முஸ்லிம் நிகழ்ச்சிப் பிரிவின் மேம்பாட்டுக்காக எம்.ஏ.ரஹ்மானின் ஆலோசனைகள் பெரிதும் உதவியுள்ளன.

கவிஞர் மஹாகவி அவர்கள் வானொலியில் 'கலைக்கோலம்' நிகழ்ச்சி தயாரித்து வழங்கியபோது ரஹ்மானின் ஆதரவு கவிஞருக்குக் கிடைத்ததாக எஸ்.பொ வரலாற்றில் வாழ்தல் நூலில் (பக் 1143) குறிப்பிட்டுள்ளார்.

மரகதம் மற்றும் சிரித்திரன் சஞ்சிகைகளின் வளர்ச்சியின் பின்னணியில் ரஹ்மானின் பங்களிப்பும் இருந்துள்ளதை அக்கால கட்டத்து இலக்கிய சமூகம் நன்கறியும் அவர் செலுத்திய ஊன்றிய சிரத்தையினால் இளம்பிறைப் பண்ணையில் பல எழுத்தாளர்கள்

உருவானார்கள். ஓட்டமாவடி எஸ்.எல்.எம்.ஹனிபா, பாணந்துறை மொயீன் சமீம், குப்பிளான் சண்முகம், ஏ.பீர் முகம்மது (நூலா சிரியர்) போன்றவர்கள் இளம் பிறையில் அறிமுகமானவர்களே.

"இலங்கையின் சிறுகதை வளர்ச்சிக்கு இளம்பிறை போன்ற சஞ்சிகைகள் உதவியுள்ளன" என்று செங்கை ஆழியான் ஈழத்துச் சிறுகதை வரலாறு என்ற தனது நூலில் (பக் 100) குறிப்பெழு தியுள்ளார்.

கோப்பாய் சிவம் என்பவர் 1985 இல் 'இலங்கையில் தமிழ்ப் பத்திரிகைகள் சஞ்சிகைகள்' என்ற நூலை வெளியிட்டவர்.

அந்நூலில் "எம்.ஏ.ரஹ்மான் 1964 முதல் வெளியிட்ட இளம் பிறை நல்ல ஒரு இலக்கிய ஏடாக அமைந்தது" என்று குறிப் பிட்டுள்ளார்.

இலக்கியக் களத்தில் பரிசோதனை முயற்சிகளில் ரஹ்மான் அதிகம் ஆர்வம் காட்டினார். தினகரன் பிரதம ஆசிரியர் ஆர்.சிவகுருநாதனின் ஒத்தாசை அவருக்கு இந்த முயற்சியில் பலம் சேர்த்தது. கோட்டைமுனைப் பாலம், மரபு, இருவர் நோக்கு போன்ற களப் பரிசோதனைகள் இன்றும் பேசப்படுகின்றன.

அவர் சிறுவர் இலக்கியம் உட்பட பல நூல்களை எழுதி வெளியிட்டவர். ஒரே சமயத்தில் அரசு வெளியீட்டின்மூலம் ஐந்து நூல்களைப் பதிப்பித்து தமிழ் இலக்கிய உலகைப் பிரமிக்கச் செய்தார். ஒரு தடவையல்ல இரண்டு தடவைகள். காந்தி நூற்றாண் டின்போது (1969) மாணாக்கரின் காந்தி, காந்தி போதனை, காந்தி தரிசனம், காந்தி பாமாலை, காந்தியக் கதைகள் ஆகிய நூல்கள் வெளியாகின.

இரண்டாவது தடவையாக கொழும்பில் ஹோட்டல் சமுத் ராவில் ஞானப்பள்ளு (பேரா.ஆ.சதாசிவம்), மத்து (ஏ.ஜே.கனக ரத்னா), ஈழத்து தமிழ் நூல் வரலாறு (வித்துவான் எப்.எக்ஸ்.சி. நடராஜா), எஸ்.பொ.அறிக்கை (எஸ்.பொ), அவாந்தி கதைகள் (எச்.எம்.பி.முஹிதீன்) ஆகிய நூல்கள் ஒரே தடவையில் வெளி யிட்டு வைக்கப்பட்டன.

அதுமட்டுமல்ல நூல் வெளியீட்டு நிகழ்ச்சிகளை ஒளிப்பதிவு செய்து திரைப்படக் காட்சிகளின்போது செய்தித் தகவல்களாக வழங்கும் அளவுக்கு நூல் வெளியீட்டின் மேன்மையை உயர்த்தினார்.

தலைநகர் கொழும்பில் ஹோட்டல் தப்ரபேன் போன்ற ஐந்து நட்சத்திர ஹோட்டல்களில் நூல்களை அரங்கேற்றும் மரபினை இளம்பிறை எம்.ஏ.ரஹ்மானே தொடக்கி வைத்தார்.

மட்டக்களப்பிலே மூன்று நாட்கள் (24-26.10.1963) நடைபெற்ற மாபெரும் தமிழ் விழாவின் வெற்றியின் பின்னால் ரஹ்மானின் நிர்வாகத் திறனும் எழுத்தாண்மையும் பெரும் அளவில் உதவின என்று எஸ்பொ ஒப்புதல் வாக்குமூலம் தந்துள்ளார்.[2]

நற்போக்கு இலக்கியம்

இன்னுமொரு விடயம் எஸ்.பொ வின் கருத்தியலான நற்போக்கு இலக்கியம் பற்றியதாகும். முற்போக்கு இலக்கியவாதிகள் தங்களுக்குக் கிண்ணி தாங்குபவர்களுக்கு மாத்திரம் வர்ணம் பூசும் பக்கச் சார்பான திறன் நோக்கு அணுகுமுறையினை எதிர்த்து எஸ்.பொ 1963இல் 'நற்போக்கு இலக்கியம்' என்ற கோட்பாட்டினை வகுத்தமைத்ததில் ரஹ்மானின் சிந்தனையும் உண்டு.[3]

வகித்த பதவிகள்

இலக்கியக் கழகங்கள் அவருக்குப் பல பதவிகளை வழங்கி மகிழ்ந்திருக்கின்றன.

இலங்கை முஸ்லிம் எழுத்தாளர் சங்கத்தின் ஆண்டுவிழா 05.10.1966 இல் கொழும்பு ஸாஹிராவில் நடைபெற்றபோது ஹாபிஸ்.எம்.கே.செய்யது அகமது அவர்கள் தலைவராகவும் இணைத் தலைவர்களாக அரபு மொழி விரிவுரையாளர் எம்.ஏ. எம்.சுக்ரி மற்றும் எம்.ஏ.ரஹ்மான் ஆகியோரும் தெரிவாகியமை இங்கு குறிப்பிடத்தக்கது.[4]

மீண்டும் தமிழகம் நோக்கி

தாயின் சுகயீனம் காரணமாக 1972 இல் ரஹ்மான் சென்னை செல்ல விசா பெறும் நிர்ப்பந்தம் ஏற்பட்டது.

அவரின் தந்தை யூசுப் ராவுத்தர் 1973 இல் இறைவனடி சேர்ந்தபோது ரஹ்மானால் திருப்புத்தூர் செல்ல முடியவில்லை. எனினும் 40 ஆம் நாள் 'பாத்திஹாவில்' கலந்து கொள்ளவும் தாய்க்கு ஆறுதல் கூறவும் அங்கு சென்றார்.

அவ்வேளை தாயின் ஏற்பாட்டில் மேலூரில் வாழ்ந்த தனது தந்தைவழி உறவினரான நூர்ஜஹான் பீபி என்பவரைத் துணை வியாகப் பெற்றார். இல்லற வாழ்வில் இரண்டு பெண் குழந் தைகள். மூத்தவர் ஜஹான் ஆரா. அவர் ஷியாம் ஷெரீப் என்பவ ரைத் திருமணம் செய்து கட்டார் தோஹாவில் வசித்து வந்தவர். தாய் நூர்ஜஹான் பீபி 28.07.2012 இல் காலமானதைத் தொடர்ந்து தற்போது சென்னையில் தந்தையுடன் வசித்து வருகிறார்.

இளைய மகள் ரோஷன் ஆரா. இவர் தனது கணவர் முகம்மது றபீக் என்பவருடன் அபுதாபியில் வாழ்கிறார்.

தமிழ்நாட்டிலும் தமிழ் இலக்கியப் பணி

பதினான்கு வயதில் இலங்கை சென்று இருபத்தெட்டு ஆண்டுகள் அங்கு வாழ்ந்த பின்னர் இலங்கையின் இனிய வாழ்வுக்கு முற்றுப்புள்ளி வைத்த ரஹ்மான் குடும்பத்தோடு சேர்ந்து சென்னையில் அமைதியாக வாழ்கிறார். எனினும் தமிழ் இலக்கியப் பணி அவரை மீண்டும் அழைத்தது.

இளம்பிறை பதிப்பகம்

சென்னையில் ஏ.ஆர் பிரிண்ட்ஸ் என்னும் அச்சகம் தொடங்கினார். அவரது உள்ளத்தில் நூல் வெளியீட்டுப் பணி பிசினாக ஒட்டியிருந்தது போலும். தமிழ்நாட்டில் இளம்பிறை பதிப்பகத்தை உருவாக்கினார். புலம்பெயர்ந்த நாடுகளில் அவருக்கி ருந்த அறிமுகமும் நூல் வெளியீட்டுத் துறையில் பெற்றிருந்த அடையாளமும் இளம்பிறை பதிப்பகம் சிறப்பாக இயங்க வழிவகுத்தன. இலங்கை, இந்தியா உட்பட லண்டன், பிரான்ஸ், ஜேர்மன், கனடா, நோர்வே, டென்மார்க், மியன்மார், லெபனான் ஆகிய நாடுகளில் வாழ்வோரின் நூல்களை பதிப்பித்தார். கவிதை, கட்டுரை, சிறுகதை, நாவல், நாடகம், சட்ட வழிகாட்டி நூல் என

அவை பல்வகையின. 2013 ஆம் ஆண்டு வரையான காலப்பரப்பில் முப்பதுக்கு மேற்பட்ட நூல்களை இப்பதிப்பகத்தின் ஊடாக வெளியிட்டார்.

மித்ர வெளியீட்டு நிறுவனம் தமிழ் நாட்டில் நூல்பதிப்புத் துறையில் புதிதுகள் செய்து பலரது கவனத்தையும் தன்பால் ஈர்த்தது. அதன் உரிமையாளராக எஸ்.பொன்னுத்துரையின் மகன் பொன்.அநுர இயங்கிய காலத்தில் அந்நிறுனத்தின் அதிபராகவும் ரஹ்மான் சிலகாலம் பதவியில் இருந்தார். நூல் வெளியீட்டுத் துறையில் அவர் நிறுவிய சுவடுகள் இலக்கியத்தில் இலகுவான பணிகள் அல்ல.

பத்திரிகை சஞ்சிகைகள்

திராவிட முன்னேற்ற கழகத் தலைவர் கலைஞர் மு.கருணா நிதிக்கும் நாவலர் இரா.நெடுஞ்செழியனுக்கும் இடையே முரண் பாடு ஏற்பட்டு நாவலர் தி.மு.க. விலிருந்து விலகி 1977 இல் மக்கள் திராவிட முன்னேற்ற கழகம் என்ற புதுக் கட்சி தொடங்கினார். வாரத்திற்கு இரு தடவைகள் வெளிவரத்தக்கதாக 'மக்களாட்சி' என்ற ஏடு ஒன்றினையும் ஆரம்பித்தார். அதன் பொறுப்பாசிரியராக எம்.ஏ.ரஹ்மான் நியமிக்கப்பட்டார். நாவலர் சிறப்பாசிரியராக இருந்து கொண்டார்.

மேலும் தமிழ்நாடு வக்ஃபு வாரியம் சார்பாக 'இஸ்மி' என்ற சஞ்சிகையை வெளிக் கொண்டு வந்தார். வக்ஃபு வாரியம் என்பது தமிழ்நாட்டு முஸ்லிம்களின் சமய விவகாரங்களைக் கையாளும் அரச பிரிவு ஆகும். 1981 இல் மதுரையில் நடைபெற்ற ஐந்தாவது உலகத் தமிழாராய்ச்சி மகாநாட்டில் இலங்கையிலிருந்து கலந்து கொண்ட பேராளர்களுக்கு இச்சஞ்சிகையின் பிரதியொன்று இவரால் வழங்கப்பட்டது.

அவுஸ்திரேலியாவிலிருந்து எஸ்.பொன்னுத்துரையின் ஆலோச னையின்பேரில் வெளிவந்த 'அக்கினி குஞ்சு' என்ற அச்சுப் பத்திரி கையின் உப ஆசிரியராகவும் இவர் கடமையாற்றினார். தற்போது இப்பத்திரிகை மின்சஞ்சிகையாக வெளிவருகின்றது என்பது குறிப் பிடத்தக்கது.

ஈழத்துத் தமிழ் இலக்கிய உலகிலே அவருடைய தமிழ் ஊழி யத்தின் கால இடைவெளியைக் கவனத்திற் கொண்டால் இற்றை வரை வேறு எந்த முஸ்லிம் எழுத்தாளர் மட்டுமல்ல தமிழ் எழுத்தாளருள் யாருமே அவருடைய சாதனைகளைச் சாதிக்க வில்லை என்பது உண்மை.[5] எஸ்.பொவின் அநுபவத்தின் வெளிப் பாடு இது.

இலங்கையில் ரஹ்மான் செயற்பட்ட காலகட்டத்தில் அவருக்கு எதிராக வலிந்து திணிக்கப்பட்ட இருட்டடிப்புச் செயற்பாடுகள் பரவலாக அரங்கேறின. முற்போக்குக் கூட்டத்தார் இதன் பின்ன ணியில் அதிகார பலத்துடன் இருந்தமை பலரும் அறிந்தது. எனி னும் கால நகர்வுகளின் ஊடே இளம்பிறை ரஹ்மானின் இலக்கியப் பணிகள் வெளிச்சம் பெற்று இன்று பலராலும் பேசப்படும் நிலைக்கு உயர்ந்துள்ளமை இறை நியதி ஆகும்.

பல்வேறு இருட்டடிப்புகளுக்கு மத்தியில் இளம்பிறை எம்.ஏ. ரஹ்மான் தொடர்ந்த எழுத்தும் பணியும் மிக விரிவானது. அதுபற்றி அடுத்து வரும் அத்தியாயங்களில் வாசித்து தெரிந்து கொள்ளலாம்.

அடிக்குறிப்பு

1. ஹஸன்.எஸ்.எம்.ஏ. அருள்வாக்கி அப்துல் காதர் பக் 15.
2. எஸ்பொ. இஸ்லாமும் தமிழும் பக் 99.
3. மேற்படி பக் 99.
4. சஞ்சிகை : இளம்பிறை நவம்பர் 1966 பக் 5.
5. எஸ்பொ இஸ்லாமும் தமிழும் பக் 106.

அத்தியாயம் 02

இலங்கையில் இருபத்தெட்டு வருடங்கள்

திருப்புத்தூரில் பிறந்து வளர்ந்த எம்.ஏ.ரஹ்மானின் கல்விச் செயற்பாடுகள்பற்றிச் சிந்தித்த குடும்பத்தினர் குறிப்பாக அவரது தாய் அவருக்கு சன்மார்க்கக் கல்வி புகட்ட விருப்பம் கொண்டார். இந்தத் தீர்மானத்தின் பின்னணியில் அப்துல் காதிர் மௌலவி அவர்கள் இலங்கையில் மார்க்கக் கடமையில் இருந்ததும் முக்கிய காரணமாய் அமைந்தது.

ரஹ்மானின் ஒரே சகோதரியைத் திருமணம் செய்தவர்தான் அப்துல் காதிர் மௌலவி. அரபுமொழியில் பாண்டித்தியம் பெற்ற வரான அவர் கொழும்பு புறக்கோட்டை மூன்றாம் குறுக்குத் தெருவில் அமைந்திருந்த பள்ளிவாசலில் ஐவேளை தொழுகை நிறைவேற்றும் பணியின் தலைமையான பேஷ் இமாமாக சில காலம் கடமை புரிந்தார். முதலாம் குறுக்குத் தெருவில் இவர் முதன்முதலாக பங்குதாரராகவிருந்த தனியான புடைவைக் கடை யொன்றும் இருந்தது.

மௌலவி காதிர் தனது மைத்துனரான ரஹ்மானை 1948 இல் 14 வயதில் இலங்கைக்கு வரவழைத்தார். வெலிகமவிலுள்ள அல் மத்ரசதுல் கிழ்றிய்யா என்னும் அரபுக் கல்லூரியில் மார்க்கக் கல்வி கற்கச் சேர்த்தார்.

எம்.ஏ.ரஹ்மான் அரபுக் கல்லூரியில் படிப்பைத் தொடர்கின்ற காலத்திலேயே தமிழ் வாசிப்பில் அதிக அக்கறை காட்டினார். கையெழுத்துச் சஞ்சிகைகளை வெளியிடுவதற்காக பயிற்சிக் கொப்பிகளை பயன்படுத்தும் இலக்கிய ஆர்வலராக அவர் இருந்தார். முழுமை பெற்ற மௌலவியாக அவர் வெளிவராவிட்டாலும் தமிழ் நாட்டிலிருந்து வெளியாகும் தமிழ் இலக்கியச் சஞ்சிகைகளை எப்படியோ பெற்று தனது இலக்கிய முன்னெடுப்புகளுக்கு நீர் வார்த்தார்.

கொழும்பில் வசிப்பிடத்தை ஏற்படுத்திக் கொண்ட ரஹ்மான் தனது விருப்பத்துக்குரிய அச்சகத் தொழிலை மேற்கொள்ளத் தீர்மானித்தார். இல 231, ஆதிருப்பள்ளித் தெரு, கொழும்பு-13 இல் ரெயின்போ அச்சகத்தை நிறுவினார்.

அங்கே நெல்சன், ஹமீது, லாசரஸ் மற்றும் இத்ரீஸ் என்போர் வேலை செய்தனர். சந்திரதாஸ பைண்டர் பொறுப்பில் இருந்தார். பட்ரீசியா என்ற சிங்களப் பெண்மணியும் பணி புரிந்தார். அச்சக வேலைகள் சிறப்பாக நடைபெற்றன.

தொடர்ந்து அரசு வெளியீட்டைத் தாபித்து (1962) நூல் பிரசுரத் துறையில் தடம் பதிக்கத் தொடங்கினார். இளம்பிறை சஞ்சிகை ஏனைய தமிழ் இலக்கிய சஞ்சிகைகளைவிட மேலோங்கிய வகையில் வெளிவந்தது. இவைபற்றியெல்லாம் நிறையவே இந்நூல் வெவ்வேறு அத்தியாயங்களில் பேசுகின்றது.

கொழும்பில் ரஹ்மான் வாழ்ந்த காலத்தில் இலக்கியச் செயற்பாடுகளோடு அதற்கு இணைந்ததாக வேறு பல பணிகளிலும் ஈடுபட்டார்.

குறிப்பிட்டுச் சொல்ல வேண்டிய ஒரு நிகழ்வு நினைவுக்கு வருகின்றது. அது பேராசிரியர் கைலாசபதி அவர்கள் 'தினகரன்' பிரதம ஆசிரியர் பொறுப்பிலிருந்து விலகிய சந்தர்ப்பத்தில் இடம் பெற்ற பாராட்டு நிகழ்வாகும்.

இலங்கை முற்போக்கு எழுத்தாளர் சங்கமோ கைலாசபதியிடமிருந்து நன்மை பெற்றவர்களோ தினகரனிலிருந்து அவர்

விலகியபோது அவருக்கு பாராட்டு நிகழ்வொன்றை ஏற்பாடு செய்யும் திராணியுடனோ மனோநிலையிலோ இருக்கவில்லை. மாறாக எம்.ஏ.ரஹ்மான் முன்வந்து தான் முக்கிய பதவி வகிக்கும் இலக்கிய ரசிகர் குழுவின் சார்பிலே அவருக்கு 30.06.1961 இல் கொழும்பு மெற்றபோன் ஹோட்டலில் விருந்து கொடுத்து இரண்டு பவுண் தங்கப் பதக்கம் அணிவித்து பாராட்டி மகிழ்ந்தார்.[1]

எத்தகையதொரு நெருக்கம் கைலாசபதி - ரஹ்மான் ஆகியோருக்கிடையே நிலவியது என்பதைச் சுட்டிக் காட்டவும் ரஹ்மானின் களங்கமற்ற பணியின் விஸ்தாரம் பற்றிப் பேசவுமே மேற்படி நிகழ்வுபற்றிக் குறிப்பிட்டதன் நோக்கமாகும்.

பிரபல நாவலாசிரியரான இளங்கீரன் 1961 இல் 'மரகதம்' என்ற இலக்கிய மாசிகையை வெளியிட்டார். அவருக்கு ரஹ்மான் போதிய ஆதரவு வழங்கினார். அக்காலத்தில் ரஹ்மானிடம் 'ட்ரெடில்' மெசின் இருந்தது. ஒழுங்காக 'மரகதம்' பத்திரிகையை அச்சிட்டு எடுப்பதற்காக கொச்சிக்கடை அந்தோனியார் கோயிலுக்கு அண்மையிலே ஒரு அச்சுக்கூடத்தை குத்தகைக்கு எடுத்திருந்தார்கள். சித்ரா அச்சகம் அதன் பெயர். 'மரகதத்தின் அச்சுப் பணிகள் அனைத்தும் அங்குதான் நடைபெற்றுக் கொண்டிருந்தன. இந்தப் பணிகளில் இளங்கீரனினதும் ரஹ்மானினதும் அநேக நண்பர்கள் சிரமதானத்தில் ஈடுபட்டவர்கள் போன்று மாலை வேளைகளில் வந்து உதவி புரிந்தார்கள். ஆனால் மரகதம் சஞ்சிகையின் முதலாவது அட்டைப் படம் ரெயின்போ அச்சகத்தில்தான் அச்சாகியது.

சிரித்திரன் சுந்தர் கலைப் பயணம் ஒன்றைத் தொடங்கி சிரித்திரன் என்ற பெயரில் நகைச்சுவை இதழொன்றை வெளியிட விரும்பினார். அச்சுத்துறையில் ஈடுபட்டிருந்த காரணத்தினால் எஸ்.பொவையும் ரஹ்மானையும் சந்தித்து சிரித்திரனின் வடிவமைப்பு, அளவு ஆகியன குறித்து ஆலோசனை நடாத்தினார்.[2]

ஸ்ரீமா அம்மையாரின் 1970களின் ஆட்சியில் தபால் அமைச்சராக இருந்த செல்லையா குமாரசூரியர் சிறு சஞ்சிகையாளர்களையும் தமிழ்நூல் பிரசுரகர்த்தாக்களையும சந்தித்துக் கலந்துரையாட

விரும்பினார். இந்தக் கூட்டம் கொழும்பில் தபால் அமைச்சின் மகாநாட்டு மண்டபத்தில் நடந்தது. கைலாசபதி, கா.சிவத்தம்பி, எஸ்.பொன்னுத்துரை ஆகியோரும் 'புதுமை இலக்கியம்' என்ற சஞ்சிகையை நடத்திய காரணத்தால் பிரேம்ஜியும் இன்னும் சிலரும் கலந்து கொண்டனர். கூட்டத்திற்கு வந்திருந்தவர்களை அங்கத்தவர்களாக்கி அப்போதே அதனை ஒரு சங்கமாக உருவாக்கினார்கள். அச்சங்கத்திற்கு 'தமிழ் சஞ்சிகையாளர் ஒன்றியம்' என்று பெயர் சூட்டப்பட்டது. தலைவராக கைலாசபதியும் செயலாளராக பிரேம் ஜியும் பொருளாளராக இளம்பிறை ரஹ்மானும் தெரிவு செய்யப்பட்டனர்.[3]

இலக்கிய அமைப்புகளில் முக்கியத்துவம் பெற்ற ஒருவராக ரஹ்மான் விளங்கினார். இப்படிப்பட்ட தொடர்புகளுடன் இயங்கி வந்த ரஹ்மானின் செயற்பாடுகள் முற்போக்குக் கூட்டத்தாரின் இருட்டடிப்புக்கு இலக்காகியது.

ரஹ்மான் தனது பெற்றோரின் ஆலோசனைப்படி நேரு - கொத் தலாவல ஒப்பந்தத்தின் கீழ் இலங்கை இந்தியப் பயணத்திற்கான முறையான கடவுச் சீட்டினைப் பெற்றுக் கொண்டவர். இதன் மூலம் இலங்கையில் நிரந்தரமாக அவர் வாழக்கூடிய சூழ்நிலை யைத் தவிர்த்துக் கொண்டார். காலப்போக்கில் இந்தியாவில் வாழவே அவர் விரும்பினார். இதன்காரணமாக ரஹ்மான் குடி வரவு குடியகல்வு அதிகாரிகளால் கைது செய்யப்பட்டார்.

தனது பணியினைச் சிறப்பாக முன்னெடுத்தவேளையில் எஸ். பொன்னுத்துரையை அச்சுக்கூட வேலைகளிலும் அரசு வெளி யீட்டுப் பணிகளிலும் அவரை ஒரு பங்குதாரராக ரஹ்மான் கேட்டபோது வியாபாரத்தில் பங்குதாரராக இணைந்து கொள்ள எஸ்.பொ விரும்பவில்லை. பணம், வியாபாரம் ஆகிய அக்கறை களுக்கு அப்பால் தனது இலக்கிய ஊழியத்தை வைத்துக் கொள்ளவே எஸ்.பொ விரும்பினார். அதனால் ரஹ்மானின் வியாபாரத்திலே வேறு பங்காளிகள் இணைந்து கொண்டனர். அந்தக் கூட்டாளிகளுக்கு ரஹ்மான் இந்தியாவுக்கு அனுப்பப்படுதல் இலாபமாக இருந்திருக்கக் கூடும். இதனால் ரஹ்மானின் கைது

விடயத்தில் அவர்களுக்குப் பங்கிருக்கலாம் என்ற வதந்தி அப்போது இருந்தது.

ரஹ்மான் அரசு நிர்ப்பந்தத்தின் பேரில் நாடு கடத்தப்படும் நிலையில் இருந்தார். எனினும் அவரின் உண்மைத் தன்மை காரணமாக அவர் தனது சொந்தச் செலவில் விமானமூலம் இலங்கையிலிருந்து வெளியேற அனுமதிக்கப்பட்டார். இந்த ஏற்பாட்டினால்தான் அடிக்கடி இலங்கை வந்து போகும் வாய்ப்பு அவருக்கு சித்தித்தது.

காவலிலிருந்து விசேட அனுமதியுடன் விடுதலையாகி ரெயின் போ அச்சகம் வந்து தான் கொண்டு செல்லக் கூடிய பொதிகளை எடுத்துக் கொண்டு செல்ல அனுமதிக்கப்பட்டார்.

தான் மிகவும் நேசித்த இலங்கையைத் துறந்து இருபத்தெட்டு வருடங்களின் பின்னர் 1976இல் செப்டம்பரில் கண்ணீர் விட்டபடி ரஹ்மான் வெளியேறினார்.

அடிக்குறிப்பு

1. எஸ்.பொ. வரலாற்றில் வாழ்தல். பக் 810.
2. மேற்படி பக் 1786.
3. மேற்படி பக் 1102.

அத்தியாயம் 03

எஸ்.பொன்னுத்துரையுடனான உறவு - I

பிரபல நாவலாசிரியர் ஒருவரின் திருமணத்தோடு எஸ்.பொன்னுத்துரை எம்.ஏ.ரஹ்மான் நட்பும் பூக்கத் தொடங்குவதை இந்த அத்தியாயத்தை வாசித்து அறிந்து கொள்ளலாம்.

செ.கணேசலிங்கன் எழுபதுக்கு மேற்பட்ட நாவல்களை எழுதியவர். அவரின் திருமணம் கொழும்பு வெள்ளவத்தையில் 30.10.1960 இல் நடைபெற்றது. அவர் பேணிய செழுமையான நட்பின் காரணமாக திருமண நிகழ்வில் கலந்து கொள்வதற்காக பொன்னுத்துரை மட்டக்களப்பிலிருந்து கொழும்பு வந்திருந்தார். தகவல் அறிந்த மற்றொரு நாவலாசிரியரான முற்போக்கு எழுத்தாளர் இளங்கீரன் தான் தங்கியிருக்கும் ஆதிருப்பள்ளித் தெரு விலுள்ள ரெயின்போ அச்சகத்துக்கு வந்து சந்திக்குமாறு அவரை அழைக்கிறார். ரெயின்போ அச்சக உரிமையாளர் எம்.ஏ. ரஹ்மானுக்கு இளங்கீரனால் எஸ்.பொன்னுத்துரை 29.10.1960 இல் அறிமுகம் செய்து வைக்கப்படுகிறார்

அந்தநாள் எம்.ஏ.ரஹ்மான் எஸ்.பொன்னுத்துரை ஆகிய இருவரும் முதன் முதலாக சந்தித்த நாள். ஈழத்துத் தமிழ் இலக்கியத்தின் விதியும் கதியும் அவ்விருவராலும் புதிய திசையிலே செழுமையுடன் கொண்டு செல்லும் பயணம் கருக்கட்ட ஆரம்பித்த நாள்.

அடுத்த நாள் திருமண நிகழ்வில் கலந்து விட்டு மூவரும் திரும்பு கின்றனர். இளங்கீரனும் ரஹ்மானும் விடுத்த அன்பும் மரியாதை யும் கலந்த அழைப்பையேற்று அவர்களுடனேயே பொன்னுத் துரை அன்றைய இரவைக் கழித்தார்.

எம்.ஏ.ரஹ்மான் பற்றி எஸ்.பொ. பின்வருமாறு பதிவு செய் கிறார்.

''இளம்பிறை ரஹ்மானுடன் நட்பினைப் பயிலத் தொடங்கி யதிலிருந்து இற்றைவரை நான் எழுதும் அத்தனை ஆக்கங்களை யும் அவர் பொறுமையுடன் வாசித்துள்ளார். என் அவசர எழுத்துக் களிலே மலிந்து காணப்படும் எழுத்துப் பிழைகளைத் திருத்தித் தருவார். சொல் வழுக்களைச் சுட்டிக்காட்டுவார். என் எழுத்திலே ஒரு நிதானத்தைச் சேர்ப்பதில் அவருடைய பங்களிப்பு அதிகம். 'நற்போக்கு இலக்கியம்' என்ற கோட்பாடுபற்றிச் சிந்திப்பதற்கும் சரியான நியாயங்களையும் பிரமேயங்களையும் முன்வைப்பதற்கும் அவர் பெரிதும் உதவினார்''.[1]

மேற்படி எஸ்பொவின் கூற்று ரஹ்மானுடனான நட்பின் செயற்பாட்டில் மட்டுமல்ல எஸ்பொவின் சிந்தனைத்துவத்தின் பின்புலத்திலும் அவர் இருந்துள்ளார் என்பதைக் கோடிடுகின்றது.

ஸாஹிரா மகாநாடு

எஸ்.பொ. எம்.ஏ.ரஹ்மான் ஆகியோருக்கிடையிலான உறவு பலமடைய அடிப்டையாக அமைந்த சம்பவம்தான் ஸாஹிரா மகாநாடு ஆகும். திட்டமிட்டபடி எஸ்.பொமீதும் எம்.ஏ ரஹ்மான் மீதும் தாக்குதலுக்குத் தயாரானார்கள். அதிர்ஷ்டவசமாக இருவரும் தாக்குதலிலிருந்து மற்றவர்களால் காப்பாற்றப்பட்டார்கள். இது பற்றியெல்லாம் விபரமாக ஐந்தாம் அத்தியாயம் விளக்குகின்றது.

ஒரு தடவை ரஹ்மானின் தாய்க்குச் சுகமில்லையென்றும் அவர் தனது மூத்த மகன் ரஹ்மானை எப்படியும் பார்க்க விரும்புவ தாகவும் செய்தி கிடைத்தது. வழமையான முறையில் பிரயா ணத்தை ஏற்பாடு செய்தால் தாமதமாகலாம் என்ற நிலையில் கடல் வழியாக இரகசியமாக தமிழ்நாடு போக ரஹ்மான் தயாரானார்.

அந்தவேளையில் பொன்னுத்துரை தனது அரசாங்கத் தொழிலைப் பணயம் வைத்து அவருடன் இணைந்து களவாக தமிழ்நாடு சென்றார்[2] என்பது அவர்களிடையே இருந்த கட்டித்த நட்பின் அடையாளமாகும்.

எஸ்.பொன்னுத்துரை தனது பதிவொன்றில் "ரஹ்மான் நிறை குடம். தமது புகழை அநியாயமாக மலிவிக்க விரும்பாதவர். புகழ்பற்றிய பிரஸ்தாபத்தில் கூச்சப்படும் இயல்பினர். அன்பிற்கு அல்லது நிர்ப்பந்தத்திற்கு மசிந்தே மேடைச் சொற்பொழிவுக்கான அழைப்பிதழை ஏற்றுக் கொள்வார். 1963ம் ஆண்டு அவர் சாகித்திய மண்டலம் எடுத்த பெருவிழாவிலே பேச்சாளராக அழைத்துக் கௌரவிக்கப்பட்டார். தமது கருத்துக்களை சுருக்கமாகவும் தெளிவாகவும் பேசுவதில் வல்லவர்" என்று வாக்குமூலம் அளித்திருக்கிறார்.[3]

அவர்கள் இருவருக்குமிடையே எப்பொழுதும் அப்பழுக்கற்ற நட்பு நிலவியது என்பதை இந்த அத்தியாயம் நன்றாகவே எண்பிக்கின்றது.

இளம்பிறை ரஹ்மான் விளைத்த இலக்கியப் பங்களிப்புபற்றி அடுத்த அத்தியாயம் பேசுகின்றது. வாருங்கள். அதனூடாகவும் எஸ்.பொ ரஹ்மான் தொடர்பினை நாம் நுகரலாம்.

அடிக்குறிப்பு

1. எஸ்.பொ. இஸ்லாமும் தமிழும் பக் 99. .
2. எஸ்.பொ: வரலாற்றில் வாழ்தல் பக் 1018, 1022.
3. எஸ்.பொ. இஸ்லாமும் தமிழும் பக் 105.

அத்தியாயம் 04

எஸ்.பொன்னுத்துரையுடனான உறவு - II

இந்நூலின் நாயகனான இளம்பிறை எம்.ஏ.ரஹ்மான் எஸ். பொன்னுத்துரையின் மரணபரியந்தம்வரை அவருடன் தொடர்பில் இருந்தார் என்பது நாம் அறிந்ததே. எஸ்.பொ கொழும்பு வரும்போ தெல்லாம் ரஹ்மானுடன் ரெயின்போ அச்சகத்திலேயே தங்கினார். பதினாறு வருடங்களாக இந்தப் பழக்கம் இருந்து வந்தது. ரஹ்மான் பற்றி எஸ்.பொ என்ன சொல்கிறார் என்பதை இந்த அத்தியாயம் பதிவு செய்கிறது.

"கலை இலக்கியப் பணிகளிலே இளம்பிறை ரஹ்மானுடன் செயலாற்றும் பேறு கிடைத்ததினாலும் பல தேவைகளைக் கருதி யும் இதுவரை ரஹ்மானின் உதவியுடன் ஆயிரத்துக்கும் அதிகமான இஸ்லாமிய நூல்களைக் கற்றுள்ளேன்." என்று இஸ்லாமும் தமிழும் என்ற நூலிலே எழுதியிருக்கிறார்.[1]

கொழும்பு ஸாஹிரா குழப்பத்தின் பின்னரே இருவருக்குமி டையில் வலுவான உறவு ஏற்பட்டது.

"ஸாஹிரா மகாநாடு ஒரு முச்சந்தி. என் எழுத்துச் சத்தியத்தின் ஆற்றலுக்கும் ஆரோக்கியத்திற்கும் தோதான பாதையிலே நடக்கத் தொடங்கினேன். நான் தேர்ந்தெடுத்த பாதையே சரியானது என்று என்னுடைய ஞானபோதனை எதுவுமின்றியே ரஹ்மானும் தேர்ந் தெடுத்திருந்தார்."[2]

மேலும் தொடர்ந்து எஸ்.பொ பேசுகிறார்.

''ஒத்த இலட்சியப் பயணம் என்ற கட்டித்த பிடிமானம் மட்டும் சதா காலமும் இருவருக்குமிடையில் நிலைத்திருக்காது போனால் எங்களுடைய இலக்கிய விரோதிகள் தமது சதி வேலைகளிலே வெற்றியும் பெற்றிருத்தல் சாத்தியம்.''[3]

கல்முனை தமிழ் எழுத்தாளர் சங்கம் நீலாவணன் தலைமையில் சிறப்பாகச் செயற்பட்டு வந்ததொரு அமைப்பு. கல்முனையில் உதவி அரசாங்க அதிபராகக் கடமையாற்றிய இலங்கையர்கோனின் பங்களிப்போடு கல்முனையில் மாபெரும் தமிழ்விழா ஒன்றினை நடத்த வேண்டுமென்ற எண்ணம் கொண்டிருந்த நீலாவணனுக்கு இலங்கையர்கோனின் திடீர் மரணம் பலத்த பேரிடியாக அமைந்தது. கல்முனையின் பல எழுத்தாளர்களினது வளர்ச்சியின் பாதையாக இந்த அமைப்பு திகழ்ந்தது. அதன் ஒவ்வொரு நகர்வின் பின்னணியிலும் ரஹ்மான் இருந்ததாக எஸ்பொ பதிவு செய்துள்ளார்.

''கல்முனை எழுத்தாளர் சங்கத்தை இயக்க ரீதியாகச் செயற்படச் செய்வதிலே நான் எவ்விதத்திலும் உதவவில்லை. ஆனால் அச்சங்கத்தினைச் செயலாக்கமும் செயலூக்கமும் நிறைந்த இயக்கமாகச் செயற்படச் செய்வதிலே நீலாவணனுக்கு ரஹ்மான் தோள் கொடுத்து உதவியதை நான் அறிவேன். அந்த வட்டத்தினரின் இலக்கியப் படைப்புகளுக்குப் பிரசுர களங்களைப் பெற்றுத் தருவதிலே ரஹ்மான் முன்னின்று உழைத்தார்.''[4]

கல்முனை தமிழ் எழுத்தாளர் சங்கம்வரை ரஹ்மானின் இலக்கியச் செயற்பாடுகள் விரிந்து கிடந்தன என்பதன் உண்மைப் படுத்தலே எஸ்பொவின் மேற்படி கூற்றாகும்.

இளம்பிறை ரஹ்மான் தனக்கு இலாபமில்லாதபோதிலும் இலக்கியச் செயற்பாடுகளை கரிசனையோடு தொடர்ந்து செய்து வந்தார். எஸ்பொவின் எழுத்து இவ்வாறு கூறுகின்றது.

''தமிழ் இலக்கியத்திலும் தமிழ் இலக்கியம் என்ற கருவியின் துணைபற்றி முஸ்லிம் சமுதாயத்திலே புதிய விழிப்புணர்ச்சியை ஏற்படுத்தும் கரிசனையிலும் புத்தகங்கள் வெளியிடுவதிலும்

இளம்பிறையை நடத்துவதிலும் ரஹ்மான் ஈடுபாடு காட்டாது அச்சுத் தொழிலையும் அதன் ஆதாயத்தையும் மட்டும் கணக்குப் பார்க்கும் இயல்பினராக வாழ்ந்திருப்பின் அவர் இலட்சாதிபதியாக நிமிர்ந்திருப்பார் என்பது திண்ணம். ஈழத்தமிழ் இலக்கிய வரலாற்றிலே தமிழ் இலக்கிய வளர்ச்சி குறித்து இவ்வளவு பெருந் தொகையான பணத்தை இழந்த பிறிதோர் எழுத்தாளனை இன்ற ளவும் காணமுடியாது.''[5]

எவ்வளவு தெளிவாக இப்பதிவு அமைந்துள்ளது.

''ரஹ்மான் மூலம் அவருடைய ஏனைய எழுத்து நண்பர்களும் ரசிக வட்டத்தினரும் எனக்கு அறிமுகமானார்கள். என்னுடன் அறிமுகமானபோது ரஹ்மான் மிகுந்த கூச்ச சுபாவம் உள்ளவராகக் காணப்பட்டார். நிறைய வாசித்தார். புதிய இலக்கியங்களை ரசித்தார். அவற்றை மக்கள் மத்தியில் கொண்டு செல்ல வேண்டுமென்பதில் அக்கறையுள்ளவராக இருந்தார். இவற்றால் அவர் ஆர்.கனகரத்தினம் என்னும் நண்பருடன் இலக்கிய ரசிகர் குழு என்கின்ற எழுத்து ரசிக அமைப்பினை தோற்றுவித்திருந்தார். ரஹ்மானும் ஆர்.கனகரத்தினமும் இணைச் செயலாளர்களாக அதனை நடத்தினார்கள். சாதாரண வாசகர்களுக்குக் கிட்டாத பல சஞ்சிகைகளையும் நூல்களையும் அவர்கள் எப்படியோ தமிழ் நாட் டிலிருந்து தருவித்து வைத்திருந்தார்கள். அந்த நூல்களின் மூலம் நானும் பயனுற்றேன். இலக்கிய ரசிகர் குழு துவங்கிச் செயற்பட்ட முறையை நான் அறிவேன். அதனுடைய உயிர் இழையாக எம்.ஏ. ரஹ்மானே செயற்பட்டார். 'மரகதம்' சஞ்சிகையின் வளர்ச்சிக்கு ரசிகர் குழு சிறுகதைப் போட்டி ஒன்றினை நடத்தியது. மரகதம் நான்கு இதழ்களுடன் தன் ஆயுளை முடித்துக் கொண்டது. இந்நிலையிலும் அறிவித்தபடி சிறுகதைப் போட்டியை நடத்து வதிலே ரஹ்மான் தீவிரம் காட்டி தினகரன், வீரகேசரி ஆகிய பத்திரி கைகளின் உதவியுடன் அதை நிறைவேற்றினார்''.[6]

நமது புதிய தலைமுறையினருக்கு நினைவூட்டலாக எஸ்.பொ தரும் இன்னுமொரு சிறு துளி கீழே பெய்கிறது.

"ஈழத் தமிழ்நூல் பிரசுரத் துறையில் ரஹ்மானின் பெயர் என்றும் நிலவும். அவர் எடுத்த முயற்சிகளினாலேதான் வீரகேசரி நிறுவனம் தமிழ் நூல் பிரசுரத் துறையில் அகலக் கால் எடுத்து வைத்தது என்கிற உண்மையை இன்றைய தலைமுறையினர் வசதியாக மறந்து விட்டமை துக்கமானது.[7]

மேலே எஸ்.பொவினால் தரப்பட்ட பதிவுகள் அனைத்தையும் ஒருசேரத் தொகுத்து நோக்கினால் எம்.ஏ.ரஹ்மானின் குண இயல்பு, புதிதுகள்மீதான ஆர்வம், தமிழ் இலக்கியத்தின்மீதான பற்றுதல் என்பவற்றை தெள்ளிதில் தெளிந்து கொள்ளலாம்.

அடிக்குறிப்பு

1. எஸ்.பொ இஸ்லாமும் தமிழும் பக் 60.
2. மேற்படி பக் 90.
3. மேற்படி பக் 91.
4. எஸ்.பொ. நீலாவணன்: எஸ்பொ நினைவுகள். பக் 82.
5. எஸ்.பொ இஸ்லாமும் தமிழும் பக் 106.
6. எஸ்.பொ வரலாற்றில் வாழ்தல் பக் 809.
7. மேற்படி பக் 1775.

அத்தியாயம் 05

ஸாஹிரா மகாநாடும் முட்டையடி வாங்கிய சாகித்திய விழாவும்

ஸாஹிரா மகாநாடு எஸ்.பொ. எம்.ஏ.ரஹ்மான் ஆகியோருக்கிடையிலான நட்பு உருவாகி இரண்டு வருடம் கடக்காத நிலையிலும் கூடுதல் நெருக்கம் திரளத் தொடங்கிய தறுவாயிலும் இவர்கள் இருவருக்குமிடையிலான உறவு பலரையும் மிரளச் செய்தது. எஸ்.பொ முற்போக்கு சிந்தனைக் கூடாரத்தினருக்கு எதிராகப் பேச ஆரம்பித்தநிலையில் இலக்கிய வளத்தோடும் அச்சக வசதிகளோடும் இருந்த ரஹ்மானின் கூட்டு முற்போக்கு வாதிகளைப் பலவீனமடையச் செய்யும் என்று நம்பத் தொடங்கினர். எனவே இருவரையும் இலக்கியக் களத்திலிருந்து அப்புறப்படுத்த ஸாஹிரா மகாநாட்டைப் பயன்படுத்த முனைந்தனர். விளைவு இருவரினதும் உறவு பலமடைய 'சேலைன் பாய்ச்சிய' சம்பவமாகவே ஸாஹிரா மகாநாடு நடந்து முடிந்தது.

மகாநாட்டு விபரங்களை விளக்கமாகப் பார்த்தல் அதுபற்றிய தெளிவுக்கு வடிகாலாய் அமையும்.

மகாநாட்டுப் பின்னணி

இலங்கை முற்போக்கு எழுத்தாளர் சங்கம் ஆயிரத்துத் தொளாயிரத்து அறுபதுகளின் முதலாம் வருடத்தின் ஆரம்பத்தில் மார்க்சிய சித்தாந்தங்கள் மட்டுமே தமிழ் இலக்கியப் படைப்பு முயற்சிகளின்

உட்பொருளாக அமைதல் வேண்டுமென்று இயங்கத் தொடங்கியது. சமூகம் சார்ந்த பார்வை என்று அத்தர் பூசி இதனைச் சாதிக்க முனைந்தது.

எஸ்.பொன்னுத்துரை இதற்கு எதிரான கருத்தைக் கொண்டிருந்தார். இலங்கை முற்போக்கு எழுத்தாளர் சங்கம் என்பது வெறுமனே இடதுசாரித்துவத்தை மட்டும் முன்னெடுக்கும் கம்யூனிஸ்ட் கட்சியின் தொழிற்சங்கமாக அல்லாமல் கலை இலக்கிய தமிழ்த்துவத்தையும் சமாந்தரமாகக் கொண்டு செல்லும் அமைப்பாகவும் இயங்க வேண்டுமென்று திருத்தம் முன்வைத்தார்.

பொன்னுத்துரையின் அணுகுமுறையினை அனுமதித்தால் முற்போக்கு எழுத்தாளர் சங்கம் தம்மிடமிருந்து கை நழுவிப் போய்விடும் என்ற நடுக்கத்தினால் முற்போக்காளர்கள் சண்டித்தனத்தை முன்னெடுக்க மறைமுகமாகத் தீர்மானித்து நடவடிக்கைகளில் இறங்கத் தொடங்கினார்கள். அதன் தெளிவான அத்தாட்சி தான் ஸாஹிரா மகாநாடு ஆகும். மேற்படி மகாநாடு கொழும்பு ஸாஹிராவில் 28.04.1962 இல் தொடங்கி இருநாள் நடைபெற்றது.

மகாநாட்டுக்கு முன்னரான காட்சி, மகாநாட்டுக் காட்சி என வகுத்து வாசித்தல் சுவை பயக்கும்.

மகாநாட்டுக்கு முன்னரான காட்சி

இலங்கையின் நாலாதிசைகளிலிருந்தும் மகாநாட்டில் கலந்து கொள்ள பலர் கொழும்பு வந்திருந்தனர். அக்காலத்தில் யாழ்ப்பாணம், மட்டக்களப்பு, திருகோணமலை ஆகிய பிரதேசங்களில் இருந்து கொழும்புக்கு வருகை தரும் இலக்கிய ஆர்வலர்கள் பொதுவாக ரஹ்மானின் அச்சுக் கூடத்திலேயே தங்குவர். அதுவொரு இலக்கிய சத்திரம் போன்று கருதப்பட்டது. மகாநாட்டுக்கு வருகை தந்த எஸ்.பொன்னுத்துரை, கனக செந்திநாதன், வ.அ. இராசரத்தினம் ஆகியோர் முதல்நாள் இரவு ரஹ்மானின் ஆதிருப்பள்ளித் தெரு ரெயின்போவிலேயே தங்கினார்கள்.

அவர்கள் காலையில் நேரகாலத்தோடே மகாநாட்டு மண்டபத்திற்கு வருகை தந்திருந்தனர். மண்டப வாயிலில் மகாநாட்டு மலரை விற்பனைக்கு கடை விரித்திருந்தனர். மண்டபத்தினுள் செல்வதற்கு மலர் ஒன்றை வாங்குதல் என்ற நிபந்தனை நடைமுறையிலிருந்தது. மலரில் கட்டுரை எழுதியதனாலும் மகாநாட்டுச் செலவுகளுக்கு நிதியுதவி செய்ததனாலும் மலர் பெறுதல் என்பது தன்னைக் கட்டுப்படுத்தாது என்று எஸ்.பொ வாதிட்டார். மகா வித்துவான் எப்.எக்ஸ்.சி. நடராஜா, ரஹ்மான், கனக செந்திநாதன் ஆகியோர் மலரொன்றை வாங்கிக் கொண்டார்கள். எஸ்.பொவும் வ.அ.இராசரத்தினமும் மலர் வாங்கவில்லை.

மகாநாட்டுக் காட்சி

மகாநாட்டு மண்டபம் கொஞ்சம் பரபரப்பாகக் காணப்பட்டது. கொழும்பு துறைமுகத்தில் வேலை செய்யும் தமிழ் ஒழுங்காகப் பேசவராத சிங்கள கம்யூனிஸ்டுகளும் கலந்து கொண்டிருப்பதை எஸ்பொ அவதானித்தார். எஸ்.பொவின் நண்பர் ஒருவர் வந்து ''குழப்பம் வரும்போல் தெரிகிறது. நீங்கள் என் அருகில் இருந்து கொள்ளுங்கள்'' என்று சொன்னார்.

கூட்டம் ஆரம்பமானது. தலைவரின் உரை முடிந்ததும் எஸ். பொன்னுத்துரை எழுந்து ''எழுத்தாளர்கள் மட்டும்தானா இந்தக் கூட்டத்தில் கலந்து கொள்கிறார்கள்'' என்று கேட்டார். மேடையில் அமர்ந்திருந்த இளங்கீரன் ''ஆம்'' என்று பதிலளித்தார்.

''எழுத்தாளன் கம்யூனிஸ்டாக இருக்கலாம். ஆனால் கம்யூனிஸ்ட்கள் எல்லோரும் எழுத்தாளராக இருக்க முடியுமா'' என்று கூட்டத்திலே எஸ்.பொ தொடர்ந்தும் கேள்வி எழுப்பினார். இதனைச் சொன்னபோது அதனுடைய சூட்சுமம் சட்டென்று சிலருக்குப் புரிந்து விட்டது. நீர்வை பொன்னையன் எழுந்து எதிர்க்கோசமிட துறைமுகத்திலே வேலை செய்யும் தொழிலாளர்கள் கதிரைகளைத் தூக்கியெறிந்து தாக்குதலுக்குத் தயாரானார்கள்.

சில'புறூட்டஸ்களும்' கூட்டத்தில் கலந்து கொண்ட எழுத்தாளர் அல்லாதவர்களும் எஸ்.பொன்னுத்துரையை நேரடியாகத் தாக்க முனைந்தனர். குறிப்பாக நீர்வை பொன்னையன் எஸ்பொமீது

தாக்குதலுக்குத் தயாரான அதேநேரம் ரஹ்மான் எங்கே என்று சத்தமிட்டவாறு எம்.எஸ்.எம்.இக்பாலும் இன்னும் சிலரும் அவரை நோக்கி ஓடி வந்தனர்.

மகாநாட்டிலே கலந்து கொள்ளும் எஸ்.பொன்னுத்துரைமீதும் ரஹ்மான் மீதும் திட்டமிட்டவகையில் தாக்குதல் நடத்த முயற்சிக்கப்பட்டது. பேராசிரியர் க.கைலாசபதியின் பிடிக்குள் இருந்த முற்போக்கு எழுத்தாளர் சங்கத்தின் குறிப்பிட்ட சிலர் தாக்குதலுக்குத் தயாராக வந்திருந்தார்கள்.

எஸ்.பொ வுக்கு விசுவாசமான நண்பர்களால் அவர் பாதுகாக்கப்பட்டு பத்திரமாக மண்டபத்துக்கு வெளியே கொண்டு வரப்பட்டார். எழுந்து நின்ற ரஹ்மானை எஸ்.குருசாமி என்னும் இலக்கியப் பிரமுகர் தன்னுடன் இணைத்துக் கொண்டார். நண்பர்களால் ரஹ்மானும் வெளியே கொண்டு வரப்பட்டார்.

இரண்டு வருடங்களாக முற்போக்கு எழுத்தாளர் சங்கம் எஸ்.பொவுக்கு எதிராக மறைந்திருந்து வீசிய வீண் புரளிகளும் விசம் நிறைந்த பிரச்சாரங்களும் மகாநாட்டிலே அரங்கேறியது.

மகாநாடு பற்றி எஸ்பொ பின்வருமாறு பதிவு செய்துள்ளார்.

''இதை இலக்கிய நெஞ்சங்கள் யாராவது தமிழ் ஊழியத்தின் ஒரு அங்கமாக ஏற்றுக் கொள்வார்களா? இத்தகைய ஒரு படுபாதக நிலையில் ஓர் எழுத்தாளர் சங்கம் திசைமாறி கம்யூனிஸ்ட் கட்சியினுடைய ஏவல் நாயாகக் குரைக்கக் கூடிய எழுத்தாளர் சங்கத்தை நடத்த விரும்புகின்றது என்ற ஞானம் அப்போதுதான் எனக்குச் சடுதியாக உதயமாயிற்று''[1]

இச்சம்பவம் பற்றி எம்.ஏ.ரஹ்மானின் வார்த்தைகள் இது.

''இருவரும் இணைந்தோம். என் வசம் இருந்த பிரசுர வசதிகளை அவருடைய எழுத்துப் போருக்குப் பயன்படுத்தலாம் என்று கூறினேன். அவருக்கு அந்த நிலையில் பற்றுக் கோடாக இருந்தது என் இந்த ஆதரவு மட்டுமே.''[2]

யாழ்ப்பாணம் சாகித்திய விழா

கொழும்பு ஸாஹிரா மகாநாட்டுக் குழப்பத்தின் பின்னர் ரஹ்மானும் பொன்னுத்துரையும் தங்களது கொள்கைகளோடு உடன்பாடு கண்டோரையும் இணைத்துக் கொண்டு இலக்கியத்தில் புதிது காணும் முயற்சியில் சளைக்காது ஈடுபட்டு வந்தனர். சடைத்து நிமிரவும் தொடங்கினர். இந்நிலை தொடர்ந்தால் இருவரும் தமிழிலக்கியப் பணியிலே தலைப்பாகை அணிவிக்கப் படுவார்கள் என்பதை ஊகித்துக் கொண்ட கைலாசபதி தலை மையிலான முற்போக்குக் குழுவினர் அவ்விருவர்மீதும் தனிப் பட்ட முறையில் தாக்குதலுக்கு ஆயத்தமானர்கள். யாழ்ப்பாணம் சாகித்திய விழாவிலே குழப்பம் விளைவித்து இதனை உறுதிப் படுத்தினர்.

குறிப்பிட்ட சாகித்திய விழா யாழ்ப்பாணம் இந்துக் கல்லூரியில் குமாரசாமி மண்டபத்திலே 05-06.10.1963 இல் இரு நாட்கள் நடைபெற்றது. 1962 இல் பிரசுரமான புலவர்மணி ஏ. பெரியதம்பிப் பிள்ளையின் 'பகவத்கீதை வெண்பா', மகாவித்துவான் எப். எக்ஸ்.சி நடராஜா எழுதிய 'மட்டக்களப்பு மான்மியம்', வ.அ. இராசரத்தினத்தின் 'தோணி', அக்கரைப்பற்றைச் சேர்ந்த ஏ.ஆர். எம்.சலீம் தந்த 'ஈழத்து முஸ்லிம் புலவர்கள்' ஆகிய நான்கு நூல்களுக்கும் அந்த விழாவிலே பரிசு கிடைத்தன.

இவர்கள் நால்வரும் கிழக்கிலங்கையைச் சேர்ந்தவர்கள். அத்துடன் ஸ்ரீலங்கா சாகித்திய மண்டலப் பரிசினை முதல் தடவையாக கிழக்கிலங்கை நூல்கள் பெற்றமையும் இதுவே முதல் தடவை ஆகும். இதுபோன்ற பரிசுகளை கிழக்கிலங்கை எழுத்தா ளர்கள் சுவைக்க வேண்டுமென்று தீராத ஆவல் கொண்டிருந்த ரஹ்மான், பொன்னுத்துரை ஆகிய இருவரும் சாகித்திய மண்ட லத்தின் அறிவிப்பினால் மிக்க மகிழ்ச்சி அடைந்தார்கள்.

நான்கு நூல்களுள் தோணி, பகவத்கீதை வெண்பா ஆகிய இரண்டு நூல்களும் அரசு வெளியீடாகும். மற்றொரு நூலான ஈழத்து முஸ்லிம் புலவர்கள் என்ற நூல் எம்.ஏ.ரஹ்மானின் அச்ச கத்திலே அச்சிடப்பட்டதாகும். அந்தப் பெருமையும் அவருக்கே உரியது.

கலாபூஷணம் ஏ.பீர் முகம்மது

இந்த விழாவிலே இளங்கீரன் எழுதிய 'நீதியே நீ கேள்' என்ற நாவலுக்கு பரிசு கிடைக்கவில்லை என்று முற்போக்குக் கூட்டணி கோபத்தில் கொதித்துக் கொண்டிருப்பதான தகவல் மெல்லக் கசிந்து வந்திருந்தது.

பரிசளிப்பு மேடையிலே விழாத் தலைவரான தமிழறிஞர் சு.நடேசபிள்ளை, சாகித்திய மண்டல தமிழ் பிரிவுத் தலைவர் டாக்டர் ஆ.சதாசிவம், மகாவித்துவான் எப்.எக்ஸ்.சி.நடராஜா, பல்கலைக்கழக சமஸ்கிருதப் பேராசிரியர் கலாநிதி கைலாசநாத குருக்கள், யாழ்ப்பாணம் தேவன், சிறுகதை மூலவர்களுள் ஒருவரான எழுத்தாளர் சம்பந்தன் ஆகியோருடன் பரிசு பெற்ற வர்களும் அமர்ந்திருந்தனர். அழைப்புக் கிடைத்தநிலையிலும் பொன்னுத்துரை மேடையைத் தவிர்த்துக் கொண்டார்.

நிகழ்ச்சிகள் ஆரம்பமானபோது முற்போக்குக் கூட்டணியின் முக்கிய உறுப்பினரும் பின்னாளில் கல்விப் பணிப்பாளராக உயர்ந்தவருமான ஏ.முகம்மது சமீம் ''சாகித்திய மண்டலம் முஸ்லிம்களைப் புறக்கணித்து விட்டது. தான் சாஹித்திய மண்டல உறுப்பினராக இருந்தும் தனக்கு ஏன் அழைப்பு அனுப்பவில்லை'' என்று கேள்வி தொடுத்தார். கூட்டம் பரபரப்பானது. சபையிலிருந்த மார்க்சிய முற்போக்கு எழுத்தாளர்கள் கூச்சலிட்டனர். டொமினிக் ஜீவாவும் சுப்பிரமணியமும் கதிரைகளைத் தூக்கி வீசினர். மேடையை நோக்கி கூழ் முட்டைகள் வீசப்பட்டன. கலாநிதி ஆ.சதாசிவம். சம்பந்தன். யாழ்ப்பாணம் தேவன் உட்பட சகலரும் கூழ்முட்டைத் தாக்குதலுக்கு ஆளாகினர். பஞ்சமர் புகழ் டானியல் தலைமையிலான சண்டியர் குழு திட்டமிட்டவாறு கூச்சலிட்டு கூழ் முட்டைகளை மேடைநோக்கி வீசி பத்து நிமிடங்களாக ஆர்ப்பாட்டம் செய்த பின்னர் மண்டபத்தை விட்டு வெளியேறினார்கள். இதுபற்றிய பூரண விபரங்களை செங்கை ஆழியான் தனது ஈழத்துச் சிறுகதை வரலாறு என்ற நூலில் 89ஆம் பக்கத்தில் பதிவு செய்துள்ளார்

மீண்டும் கூட்டம் தொடர்வதற்கு முன்னர் எம்.ஏ.ரஹ்மான் கவிஞர் அண்ணலை அழைத்துக் கொண்டு கஸ்தூரியார் வீதியில்

உள்ள பூபாலசிங்கம் புத்தகசாலைக்குச் சென்றார். இருவரும் கடைக்கு வெளியே பூபாலசிங்கம் அவர்களோடு பேசிக் கொண்டிருக்கும்போது யோ.பெனடிக் பாலன் அவ்விடம் வந்து ரஹ்மானிடம் 'போட்டிக் கதைகள்' பற்றி விசாரித்தார். அது நூலாக வெளிவருவதற்கான ஆயத்த வேலைகள் நடைபெற்றுக் கொண்டி ருப்பதாக ரஹ்மான் பதில் கூறிக் கொண்டிருந்தபோது 'ஏய்' என்று சத்தமிட்டு ஆவேசத்தோடு அவரை அடிக்கக் கையை உயர்த்தினார். தற்காப்புக் கலை நுட்பங்களை அறிந்திருந்த கவிஞர் அண்ணல் சற்றும் எதிர்பாராவிதமாக கையைப் பிடித்துத் தடுத்தார். அண்ணலின் ஆவேசத்தைப் பார்த்த பெனடிக் பாலன் அவ்விடம் விட்டு அகன்றார்.

அதேநேரத்தில் எஸ்.பொ. அவர் வீட்டிற்குச் சென்று கொண்டி ருந்தார். அவரை வழிமறித்த கும்பலொன்று "நீயும் ரஹ்மானும் சேர்ந்து எங்களை அழிக்கப் பார்க்கிறீர்கள். உங்களை நாங்கள் என்ன செய்கிறோம் பார்" என்று குரலை உயர்த்தியபோது அங்கு வந்த எஸ்.பொவின் நண்பர்களால் அவர் காப்பாற்றப்பட்டு வீட்டுக்கு அனுப்பப்பட்டார்.

எஸ்.பொ, எம்.ஏ. ரஹ்மான் ஆகிய இருவரை மாத்திரம் முற்போக்குக் குழுவினர் தனிப்படத் தாக்க முனைந்ததன் பின்னணி என்ன?

தமிழிலக்கிய ஊழியத்தில் இருவரும் ஒன்றிணைந்து செயற் படுவதை அனுமதித்தால் எதிர்வரும் நாட்களில் தங்களது 'குத்தாட்டம்' தோல்வியைத் தழுவ நேரிடலாம் என்று முற்போக் காளர்களைப் பீடித்திருந்த அச்சம் இருவரையும் இலக்கியப் புலத்திலிருந்து அப்புறப்படுத்துவதே இதற்கான தீர்வு என்று போட்ட கணக்கின் விடையும்தான் கஸ்தூரியார் வீதித் தாக்குதல் முயற்சியும் எஸ்பொவுக்கு ஏற்பட்ட மிரட்டலும் ஆகும்.

அடிக்குறிப்பு

1. எஸ்பொ. தீதும் நன்றும் பிறர்தர வாரா. பக் 71.
2. இளம்பிறை ரஹ்மான். எம்.ஏ. சிறுகை நீட்டி பக் 3.

அத்தியாயம் 06

அரசு வெளியீடு

எம்.ஏ.ரஹ்மானின் ஆற்றலிலக்கிய உணர்வுகள் கிளை பிரிந்து வெளிவந்த பல கூறுகளில் அவர் நிறுவிய அரசு வெளியீடு மிக முக்கியமானது. அவரின் உயிரிழையை அப்பதிப்பகம் சந்தேகத்துக்கிடமின்றி வெளிக்காட்டுகின்றது. அரசு வெளியீடு தொடர்பான 'விடுப்புப் பார்க்கும்' எத்தனமே இந்த அத்தியாயமாகும்.

அமைப்பும் நோக்கமும்

உலகின் பிரதான சமயங்கள் அனைத்திற்கும் தமிழ்மொழி தக்க இடம் வழங்கியது. அதனைப் பின் தொடர்ந்த விழுமியத்தின் அடியொற்றியே அரசு வெளியீடு தாபிக்கப்பட்டது. இலக்கியத்தையும் இலக்கிய வரலாற்றையும் திறம்படச் சொல்லும் பான்மை கொண்ட ஆக்கங்களை வெளிக்கொணர்தலும் தனித்துவமான ஆக்க இலக்கியப் படைப்புகளை நூலாக்குவதும் அரசு வெளியீட்டின் அடிப்படை நோக்கங்களாக அமைந்தன.

ரஹ்மான் இது தொடர்பில் எஸ்.பொவுடன் கலந்துரையாடினார். ஆர்.பாலகிருஷ்ணன் போன்ற நண்பர்களின் கருத்துக்களையும் கேட்டறிந்தார். எல்லோரும் மகிழ்ச்சியுடன் தலையசைத்தார்கள்.

காரியம் தொடங்கப் பெற்றது. அரசு வெளியீடு என்ற பெயர் பிறந்தது.

அரச மரம் மங்களகரமானது. நீண்ட ஆயுள் கொண்டது. அரச மரத்தின் கிளையும் அதன் இலைகளும் அரசு வெளியீட்டின் இலட்சினையாக உருவம் கண்டது. ஆயிரம் காலத்துப் பயிராக தமிழ் இலக்கியம் என்பதை பூடகமாக அந்த இலட்சினை வெளிப் படுத்தியது.

நோக்கத்தை கொண்டு வரும் நூல்களைத் தெரிவு செய்தல், நூலின் கட்டமைப்பை உருவாக்குதல், பிரதிகளை கூர்மை யாக்குதல் போன்றவற்றை எஸ்.பொ பொறுப்பெடுக்க வேண்டு மென ரஹ்மான் கேட்டார். எஸ்.பொ ஏற்றார். பல்வேறு சிரமங்க ளோடு ரஹ்மான் முதலீடுகளைத் தேடி எடுத்து வெளியீட்டை நிறுவினார்.

1962 இல் இருந்து அரசு வெளியீடு பல்வேறு சாதனைகளை நிறுவியபடியே நகர்ந்து கொண்டிருந்தது. சுமார் பத்து வருடங்க ளுக்குள் முப்பத்தாறு நூல்களை அரசு வெளியீடு பிரசவித்து தன் பயணத்தில் வெற்றி கண்டது.அதன்மூலம் தமிழ் இலக்கியப் பதிப்பக வரிசையில் அவ்வெளியீடு முன்னாசனத்தில் வந்து அமர்ந்து கொண்டது.

அயராத பணி

அரசு வெளியீட்டுக்கான நூல் தேர்வின்போது கிழக்கிலங்கைப் பிரதேச நூல்களுக்கு முன்னுரிமை வழங்கப்பட்டது. முதலாவது நூலாக வ.அ.இராசரத்தினத்தின் 'தோணி' என்ற சிறுகதைத் தொகு தியை வெளியிடுவதெனத் தீர்மானிக்கப்பட்டது.

வ.அ.இராசரத்தினம் அவர்கள் புதுமைப்பித்தனை ஆதர்சமாகக் கொண்டவர்.எஸ்.பொன்னுத்துரைக்கு முன்னரே சிறுகதை உலகில் வாசம் செய்தவர்.

தோணி 14 கதைகளைத் தாங்கி வெளிவந்தது. கிழக்கிலங்கை மீனவர்களின் வாழ்வியலை அது பேசியது. ஊர் மக்களின் விழா வாக கோலம் புனைந்து தோணி நூல் வெளியீட்டு விழா மூதூரிலே இடம்பெற்றது. எம்.ஏ.ரஹ்மானுடன் எஸ்.பொன்னுத்துரையும் கவிஞர் அண்ணலும் பங்குபற்றினார்கள்.அத்தொகுதியை ஏ.ஜே.

கனகரத்னா ஆங்கில வாசகர்களுக்கு அறிமுகம் செய்து வைத்தமை விசேட அம்சமாகும்.

இரண்டாவது நூலாக வித்துவான் க.செபரத்தினம் அவர்களின் 'வாழையடி வாழை' என்ற நூல் தேர்வு செய்யப்பட்டது. அதுபற்றிய விளக்கத்தை எஸ்.பொன்னுத்துரையின் எழுத்தில் வாசியுங்கள்.

''செபரத்தினம் 'இரட்சண்ய அம்மானை' என்ற நூலினை இயற்றிய கனகரத்தினம் உபதேசியாரின் மகன். இலங்கைப் பல்கலைக் கழகத்தில் வித்துவான் பட்டம் பெற்றவர். இலங்கையின் தமிழ் முனிகளாக வடக்கில் பண்டிதமணி சி.கணபதிப் பிள்ளையும் கிழக்கில் புலவர்மணி ஏ.பெரியதம்பிப்பிள்ளையும் வாழ்வதைக் கண்டார். இவ்விருவருக்கும் இடையில் நிலவிய அன்பையும் உறவையும் தேடித் தேடி அறிந்தார். இந்த இரண்டு தமிழ் அறிஞர்களினுடைய வரலாற்றினை ஒப்பு நோக்கி எழுதினார், ஈழத் தமிழ் மண்ணிலே தமிழ் வித்துவம் வாழையடி வாழையாக நிலைத்து வருவதை அவர் அவதானித்தார். இரண்டு மாநிலங்களுக்கிடையில் தமிழ் மூலம் ஓர் இனிய உறவினை ஏற்படுத்த வாழையடி வாழை முந்தி நின்றது. உறவின் கற்பித்தலே அதனை புதிய முயற்சியாக்கியது.''[1]

விபுலாநந்த அடிகளாரின் அன்பினைப் பெற்ற புலவர்மணி ஏ.பெரியதம்பிப் பிள்ளையின் பகவத்கீதை வெண்பாவின் முதற் பாகம் அரசு வெளியீட்டின் மூன்றாவது நூலாக வெளிவந்தது. புலவர்மணியின் நூலொன்று இதுவரை வெளிவரவில்லை என்று பலர் தாங்கி நின்ற குறைபாட்டை அரசு வெளியீடு தீர்த்து வைத்தது.

அரசு வெளியீட்டின் இரண்டு நூல்கள் 1962 ஆம் ஆண்டுக்கான சாகித்திய மண்டலப் பரிசு பெற்றது. இதுபற்றி முன்னைய அத்தியாயத்தில் தகவல்கள் உள்ளன.

எம்.ஏ.ரஹ்மான் எஸ்.பொன்னுத்துரையுடன் இணைந்து வரித்துக் கொண்ட தீராத ஆசை சாகித்திய மண்டலப் பரிசுகளால் நிறைவேறியது. அரசு வெளியீடு தந்த முப்பத்தாறு நூல்களில் பலராலும் விதந்து பேசப்பட்ட பல நூல்கள் அடங்கியிருந்தன.

இளமைப் பருவத்திலே என்ற சிறுவர் நூல் நான்காவதாகவும் மரபு என்ற உருவகக் கதைத் தொகுதி ஐந்தாவதாகவும் வெளி வந்தது. இவ்விரு நூல்களும் எம்.ஏ.ரஹ்மானின் நூல்கள் என்பதால் அது பற்றிய விரிவான தகவல்கள் பின்னைய அத்தியாயங்களில் பேசப்படவுள்ளன.

இரசிகமணி கனக செந்திநாதனின் 'ஈழத்து இலக்கிய வளர்ச்சி' ஆறாவது நூலாகும். நூலின் தலைப்பு அதன் முக்கியத்துவத்தைத் தெளிவிக்கும். முஸ்லிம் எழுத்தாளர்கள் என்று தனியான பகுதியும் இந்நூலில் உண்டு.

அரசு வெளியீட்டின் கவிதை நூல்கள்பற்றி நிறுவுநர் எம்.ஏ. ரஹ்மானின் செழுமையான குறிப்பு இது.

"என்றும் அழியாத கீதை உபதேசங்களை வெண்பா உருவில் அமைத்த 'பகவத் கீதை வெண்பா' நமது முதலாவது கவிதை நூலாக வெளிவந்தது. காதல் சுவைமிக்க தனிப்பாடல் தொகுதியான 'அண்ணல் கவிதைகள்' இரண்டாவது கவிதை நூலாக அமைந்தது. இலக்கிய மரபு பற்றி கவிதையிலேயே அறிவு விசாரணை நடத்தும் 'இலக்கிய உலகம்' நமது மூன்றாவது கவிதை நூலாக வெளிவந்தது. பன்னிரண்டாவது வெளியீடாகவும் நாலாவது கவிதை நூலாகவும் 'மஹாகவியின் குறும்பா' என்னும் கவிக்கோவையை வெளியிடு கின்றோம்."[2]

எஸ்.பொன்னுத்துரையின் வீ சிறுகதைத் தொகுதி புதிய நூல் அமைப்பில் சர்வதேச நூலாக்க வடிவில் வெளிவந்தது.

இரண்டு தடவைகள் ஐவைந்து நூல்களை வெளியிட்டு சாதனை புரிந்தது.

காந்தி நூற்றாண்டை முன்னிட்டு மாணாக்கரின் காந்தி, காந்தி போதனை, காந்தி தரிசனம், காந்தி பாமாலை, காந்தியக் கதைகள் ஆகிய ஐந்து நூல்கள் வெளிவந்தன.

முஸ்லிம் தமிழ் பாரம்பரியம், இஸ்லாமிய தமிழ் இலக்கியச் சொற்பொழிவுகள் போன்றனவும் ஞானப்பள்ளு போன்ற அரிதான நூல்களும் வெளிவந்தன. பரியாரி பரமர் என்ற பேனாச் சித்திரமும் அவாந்தி கதைகளும் அரசு வெளியீட்டில் அடங்கின.

இளம்பிறை ரஹ்மான் இலக்கியத்தின் நுணுக்கமான ஒவ்வொரு பிரிவு பற்றியும் தெளிவான அறிவும் அநுபவமும் கொண்டவர். அரசு வெளியீட்டின் ஒவ்வாரு நூலும் ஒவ்வொரு வகையானவை. உருவகக் கதை, சிறுகதை, கவிதை, வரலாறு, விமர்சனம், சொற்பொழிவு, பேனாச் சித்திரம், அங்கதம் என்று வண்ணத்துக்கொன்றும் வகைக்கொன்றுமாக அச்சிலே கொண்டுவரும் ஆற்றல் வாய்க்கப் பெற்றவர் ரஹ்மான்.

அரசு வெளியீடு நிகழ்த்திய சாதனைகள் இலங்கையின் தமிழ் இலக்கியப் பரப்பில் மகத்தானவை. அதன் வெற்றியின் ஒரு பின்னம் எஸ்.பொவுக்கு உரியது. ஊர்வாயை உலைமூடியால் மறைக்க பலர் முயன்றதுமுண்டு. காலம் இப்போது அவர்களுக்கு பதில் சொல்லிக் கொண்டிருக்கிறது.

அரசு வெளியீட்டின் பெருமையை எஸ்.பொ பின்வருமாறு பதிவு செய்கிறார்.

''அரசு வெளியீடு நிறுவி நடத்தியவர் என் நண்பர் எம்.ஏ. ரஹ்மான். அதனைத் தரம் உள்ளதாக வளர்த்துக் கொடுப்பதில் நான் தோள் கொடுத்து உழைத்ததையும் இலக்கிய உலகம் அறியும். படைப்பிலக்கிய நூல்களை வடிவமைப்பதில் அரசு வெளியீடு நூல்கள் புதியன நுழைத்தன. அச்சாளராக இந்நூலை வடிவமைப்பதில் ரஹ்மான் சாதித்தவற்றை மெய்கண்டான் அதிபரும் ஈழகேசரி அதிபரும் வியந்து பாராட்டியதற்கு நான் ஒரு வாழும் சாட்சி.[3]

முற்போக்கு வாதமோ தேசிய இலக்கியமோ எவர் என்ன பேசினாலும் எத்துணை பேசினாலும் அரசு வெளியீடு நிறுவி ஆக்கங்களை நூல்வடிவில் கொணர்ந்த இளம்பிறை ரஹ்மானின் துணிச்சலை காலம் பேசியே தீரும்.

அடிக்குறிப்பு

1. எஸ்.பொ வரலாற்றில் வாழ்தல் பக் 901.
2. எம்.ஏ.ரஹ்மான். பதிப்புரை. மஹாகவியின் குறும்பாக்கள் பக் 5.
3. எஸ்.பொ வரலாற்றில் வாழ்தல் பக் 1775.

அத்தியாயம் 07

இலக்கிய வானில் இளம்பிறை

நமது நாட்டின் தமிழ்ப் பத்திரிகைத் துறை வரலாற்றில் 1960 தொடங்கி சுமார் பதினைந்து வருடங்கள் முக்கிய காலகட்டமாகும். இக்கால கட்டங்களில் அனைத்துத் துறைசார்ந்தும் மிக அதிகமான இதழ்கள் புதிதாக வெளிவரத் தொடங்கின. 1962 இல் மட்டும் சுமார் 25 இதழ்களும் 1963 - 70 ஆம் ஆண்டுகளில் சுமார் இருபதுக்கு மேற்பட்ட இதழ்களும் ஆரம்பிக்கப்பட்டன.

இந்தச் சூழ்நிலையில்தான் இலங்கையில் தமிழ் இலக்கியச் செயற்பாடுகள் ஒருவித செழிப்புடன் சடைத்து வளர்ந்த காலத்தில் எம்.ஏ.ரஹ்மானை நிர்வாக ஆசிரியராகக் கொண்டு 1964 நவம்பரில் வெளிவந்த சஞ்சிகைதான் 'இளம்பிறை' ஆகும். சந்தையில் வேறும் சில இலக்கிய சஞ்சிகைகள் அக்காலத்தில் இருந்ததாயினும் இலங்கையில் மட்டுமல்லாது மலேசியா, சிங்கப்பூர், இந்தியா போன்ற நாடுகளிலும் அது விநியோகம் ஆனது அதன் விசேஷமாகும்.

எம்.ஏ.ரஹ்மான் பற்றிய நூலில் இளம்பிறை பற்றி நிரம்பவே எழுத வேண்டிவரும் என்பது உண்மையே. ஐந்து அத்தியாயங்களையாவது இளம்பிறை தொட்டு எழுத வேண்டிய தேவை இருக்கிறது. அதன் முதலாவது இதழ் பற்றிய தகவல்களைத் தாங்கியவாறு இந்த அத்தியாயம் தோட்டுப் பாயாக இங்கே விரிந்து கிடக்கிறது.

இளம்பிறை தொடங்க உத்தேசம்

நேரு அமைச்சரவையில் அங்கம் வகித்த மௌலானா அபுல் கலாம் ஆசாத் என்ற இந்திய விடுதலை வீரரின் பெருத்த ஆளுமையும் இலக்கிய ஆற்றலும் எம்.ஏ.ரஹ்மானின் உணர்வுகளைப் பெரிதும் கவர்ந்திருந்தன. அவர் ரஹ்மானின் ஆதர்சனமாகத் திகழ்ந்தார். ஆசாத் உர்து மொழியில் 'அல்ஹிலால்' என்ற பத்திரிகையை நடத்தியவர். அல்ஹிலால் என்ற சொல்லுக்கு இளம் பிறை என்று தமிழில் பொருள்படும். தானும் அதுபோல் ஒரு பத்திரிகை தொடங்க வேண்டுமென்று மனதுக்குள் ரஹ்மான் நினைத்ததுண்டு.

முஸ்லிம் சமூகத்தினருக்கு மத்தியில் விழிப்புணர்ச்சி ஏற்படுத்தவும் கிழக்கு மற்றும் தென்மேற்கு இளம் முஸ்லிம் படைப்பாளிகளை ஊக்குவிக்கவும் முஸ்லிம் ஆர்வங்களுக்கு பிரசுர களம் கொடுக்கவும் நற்போக்கு சிந்தனையை முன் கொண்டு செல்லவும் பத்திரிகை ஒன்று அவசியம் என்பது மனதுக்குள் முளைவிட்டது.

கொழும்பு வாழ் முஸ்லிம்கள் ரஹ்மானை சஞ்சிகை ஒன்று வெளியிடுமாறு தூண்டியதும் இந்திய வம்சாவழியினர் தாங்கள் எதிர்நோக்கும் சிரமங்களைப் பேச எழுத்துக் களமொன்று அவசியம் என்று கருதியதும் சஞ்சிகை வெளியிடுதலைத் தீவிரப்படுத்தியது.

"இளம்பிறை என்ற சஞ்சிகையை வெளியிட உத்தேசித்துள்ளேன்" என்று ரஹ்மான் எஸ்.பொவிடம் கூறினார். நண்பர் தர்மதாசவும் ரஹ்மானை ஆதரித்தார்.

இது தொடர்பில் எஸ்.பொன்னுத்துரை பின்வருமாறு விளக்கினார்.

"இளம்பிறையைப் பிரசுரித்தல் வேண்டுமென்ற எண்ணம் முழுக்க முழுக்க ரஹ்மானின் சிந்தனையிற் பிறந்த குழந்தையே. ரஹ்மானின் சொந்தப் பொருளாதார சேமத்தை உத்தேசித்தாயினும் பரமார்த்த இலக்கியவாதியாகிய நான் தயக்கம் தெரிவித்தேன். ஆனால் எதையும் நிதானமாகச் சிந்தித்து முடிவெடுத்த பின்னர்

தீவிரமாகச் செயல்படும் இயல்பினரான ரஹ்மான் என் தயக்கத்தினை நிராகரித்துச் செயலில் இறங்கினார். இளம்பிறை அவரின் எழுத்துச் சத்தியத்தையும் படைப்பாற்றலையும் பறைசாற்றி ஒன்பது ஆண்டுகள் வெளிவந்தது.'' [1]

முஸ்லிம் சாயல் கொஞ்சம் தூக்கலாகத் தெரியும் வண்ணம் இளம்பிறை இலக்கிய உலகில் வலம் வரத் தொடங்கியது.

இளம்பிறையின் முதற் பூ

'எண்ணிய எண்ணியாங்கு எய்துப எண்ணியார்

திண்ணியராகப் பெறின்' என்ற திருக்குறளை மகுட வாசகமாகக் கொண்ட இளம்பிறையின் முதலாவது இதழ் முஸ்லிம் பள்ளி வாசலின் படத்தையும் இந்தியப் பிரதமராகவிருந்து மறைந்த ரோஜாவின் ராஜா ஜவஹர்லால் நேருவையும் அட்டைப் படமாக்கி வெளிவந்தது.

போதியளவு விளம்பரங்கள் இடம்பெற்றிருந்த முதல் பூ 30 சதம் விலையில் 46 பக்கங்களைக் கொண்டமைந்தது.

கனவு பலித்தது

அறுபது வருடங்களுக்கு முன்னர் 'கனவு பலித்ததம்மா' என்ற தலைப்பில் எம்.ஏ.ரஹ்மான் அவர்கள் இளம்பிறை முதல் மலரில் எழுதியதை வாசியுங்கள். அப்போது அவரின் எழுத்தின் சுவையைப் பருகும் வாய்ப்பு உங்களுக்குக் கிடைக்கும்.

''என் நினைவுகள் பதினைந்தாண்டுகள் பின் நோக்கிச் செல்கின்றன. அரபிக் கல்லூரியிற் பயின்று கொண்டிருந்த மாணாக்கப் பருவம். பத்திரிகைகள் நூல்கள் வாசிக்கும் ஆர்வத்திற்குள் நசிகின்றேன். அந்தப் பள்ளிப் பருவத்திலே எத்தனையோ வண்ணக் கனவுகள் துளிர்க்கின்றன. கனவுகளிலே சஞ்சரித்துக் கொண்டு அப்பியாசப் புத்தகங்களிலே என் கையெழுத்தில் பத்திரிகைகளைத் தயாரிக்கின்றேன். அன்று மட்டும் மகிழ்ச்சி. மறுநாள் பத்திரிகையின் அமைப்புப் பிடிக்காது. இன்னொரு பத்திரிகையின் தயாரிப்பில் ஈடுபடுகின்றேன். இது கனவா?

விளையாட்டா? எதுவாயினும். இவ்வாறாக ஆண்டுகள் பல கழி கின்றன.''

மேலும் தொடர்ந்து வாசியுங்கள்

"பதினைந்து வருடக் கனவின் அலைக்கழிப்பு. ஈழத்தில் இன்றைய சூழ்நிலையில் பத்திரிகை நடத்துவதிலுள்ள சிரமங்களை நான் நன்கறிவேன். கனவுநிலை கலைந்து மூன்று ஆண்டுகள் பத்திரிகையைப் பற்றியே ஆலோசித்து வரலானேன். கனவுகள் பலித்தனவோ? என் சிந்தனையின் வெற்றியோ?''

"ஆனால் இளம்பிறை தமிழிலக்கிய உலகிற்குப் புதுமண மூட்டிப் புத்தொளியூட்ட பவனி வருகின்றது. எண்ணக் கனவை நனவாக்கிய பெருமை எல்லாப் புகழுக்கு முரியோனுக்கே'' [2]

கனவு பலித்தது. இளம்பிறை மலர்ந்தது.

முதலாவது பூவின் ஆசிரியத் தலையங்கம் கொஞ்சம் சூடாகவே இருந்தது. மனச்சாட்சி எங்கே என்ற தலைப்பில் அது எழுதப் பட்டிருந்தது.

அன்றைய காலகட்டத்தின் போக்கு, இளம்பிறையின் அணுகு முறை என்பவற்றை அறிய வேண்டாமா? வாசியுங்கள்

"விலைவாசிகள் விண்ணோக்கி ஏறும் சுதந்திர ஈழத்திலே சில பொருள்கள் மலிந்து விட்டன.அவற்றுட் சில. வேலையில்லாத் திண்டாட்டம், அரசியற் கட்சிகள், கைலஞ்சம், கியூவரிசைகள், நாடக மன்றங்கள்''

"நாடக மன்றங்களின் எண்ணிக்கை பெருகி விட்டது. மகிழ்ச்சி. ஆனால் இவற்றின் மலிவு தமிழ் நாடகங்களின் தரத்தை உயர்த்தி னவா? கலைக்கழக தமிழ் நாடகக் குழுவினரால் இம்மாதம் யாழ்ப்பாணத்தில் நடாத்தப்பட்ட நாடக விழாவில் இடம்பெற்ற நாடகங்கள்தாம் அளவுகோலென்றால் விடை நமக்கு நிச்சயமாகத் தெரியும். தரம் உயரவில்லை''

இவ்வாறு இளம்பிறை தனது பயணத்தை சூடாகவும் சுவையாகவும் இலக்கியப் பார்வையோடும் தொடங்கியது.

முதலாவது இதழில் கலாநிதி ஆ.சதாசிவம் 'பாஞ்சாலி சபதம்' பற்றியும் இலங்கைப் பல்கலைக் கழகத்தைச் சேர்ந்த எம்.ஏ.எம்.சுக்ரி இஸ்லாமிய நூல் நிலையங்கள் பற்றியும் எழுதிய கட்டுரைகள் பிரசுரமாகியுள்ளன.

கிண்ணியாவைச் சேர்ந்த எம்.ஐ.எம்.தாஹிர் எழுதிய குமரி இருட்டு என்ற சிறுகதையும் கவிஞர் அப்துல் காதர்லெப்பையின் 'மனமே உலகம்' எனும் கவிதையும் இடம்பிடித்துள்ளன.

'நாமும் நாங்களும்' என்ற பகுதி கொண்டோடி சுப்பர் என்பவரால் எழுதப்பட்டுள்ளது. கொண்டோடி சுப்பர் வேறு யாருமல்ல எஸ்.பொ தான்.

பதின்மூன்றாம் பக்கம் ஆர்.பாலகிருஷ்ணனால் எழுதப்பட்டுள்ளது. இப்பக்கம் நடைமுறை வாழ்க்கையில் இடம்பெறும் நிகழ்வுகளின் விஞ்ஞானபூர்வ விளக்கங்களைத் தந்தன.

உரைகல் என்ற தலைப்பில் இலங்கையில் பிரசுரமான நூல்கள் பற்றி ஏனைய பத்திரிகைகளில் வெளியான கட்டுரைகள் தொடர்ச்சியாக இடம் பெறும் என்ற பீடிகையோடு இரசிகமணி கனக செந்திநாதன் எழுதி அரசு வெளியீடாக வந்த 'ஈழத்து இலக்கிய வளர்ச்சி' என்ற நூலின் மதிப்பீடு இடம்பெற்றது. அது சென்னையிலிருந்து வெளிவந்த 'தினமணி' என்ற பத்திரிகையிலிருந்து மறுபிரசுரம் செய்யப்பட்டிருந்தது.

முதல் இதழிலேயே இளம்பிறை குஞ்சம் சூடத் தொடங்கியது.

அடிக்குறிப்பு

1. எஸ்.பொ. இஸ்லாமும் தமிழும் பக் 100.
2. இளம்பிறை மாலை1 பூ 1 நவம்பர் 1964.

அத்தியாயம் 08

பூத்துக் குலுங்கிய இளம்பிறை

முஸ்லிம்கோலம் புனைந்து கலாசாரத் தூதுவனாக வெளிவந்த இளம்பிறை தனது முதல் இதழிலேயே பல்வேறு தரப்பினரிடையேயும் ஆதரவைப் பெற்று அகலக் கால்பரப்பத் தொடங்கியது. புலமைத் திமிர் கொண்ட சிலரால் அது இருட்டடிப்புச் செய்யப்பட்டதாயினும் பலராலும் பேசப்பட்ட சஞ்சிகையாக அது உலா வந்தது.

முன்னட்டை

இளம்பிறையின் முன்னட்டைப் படங்களிலே பலவகையினர் தரிசனம் தந்தனர். மகாத்மா காந்தி, ஜவஹர்லால் நேரு (இந்தியா), கமால் அப்துல் நாசர் (எகிப்து) ஆகிய நாடுகளின் தலைமைகளும் இந்திய ஜனாதிபதிகளான ஸாகிர் ஹுஸைன், பக்ருதீன் அலி அகமது போன்றவர்களும் உள்ளூர் அரசியல்வாதிகளான டாக்டர் எம்.சி.எம் கலீல் (இலங்கை), திருப்பூர் மொகிதீன் (தமிழ்நாடு) ஆகியோரும் தமிழ் இலக்கியம் சார்ந்து விபுலாநந்த அடிகள், மகாகவி பாரதியார், அருள்வாக்கி அப்துல் காதிர் ஆகிய ஆளுமைகளும் கல்விமான்களான மௌலானா அபுல்கலாம் ஆசாத், பேரா.ஹுமாயுன் கபீர், கலாநிதி ஆ.சதாசிவம் மற்றும் இச்சஞ்சிகையின் இலக்கிய வட்டத்தோடு நெருங்கிய உறவு கொண்டிருந்த தை.அ.அப்துல் காதர் (இந்தியா), ஹாபிஸ்.எம்.கே. செய்யிது அஹமது, இஸ்லாமிய அறிஞர் வ.மி சம்சுதீன் ஆகியோரும் அட்டையில் இடம் பெற்றனர்.

மஹாகவியின் குறும்பா ஒன்றினை மையமாக வைத்து ஒன்று சக ஒன்று சமன் மூன்று என்ற அங்கதச் சமன்பாடு ஓவியர் எஸ்.கே.சௌந்தரராஜனின் கை வண்ணத்தில் ஒரு அட்டைப் படமாக வெளிவந்தது. அவாந்தி கதைகளுக்கான அட்டைப் படமும் அங்கதச் சுவையே. இயற்கை காட்சியும் அழகிய பெண்ணின் மை வண்ணத் தோற்றமும்கூட இளம்பிறையின் அட்டைப்பட அந்தஸ்தைப் பெற்றுள்ளன.

அனைத்து அட்டைகளும் வண்ண நிறங்களால் அலங்கரிக் கப்பட்டுள்ளன. தொழில்நுட்பம் மேடையேறாத அன்றைய கால கட்டத்தில் ஏனைய சஞ்சிகைகள் ஏக்கத்துடன் பார்த்துப் பொறா மைப்படும் அளவுக்கு அட்டைப் படங்களில் அற்புதம் நிகழ்த்தியி ருக்கிறது இளம்பிறை.

வேறு அம்சங்கள்

பணம் புரள வேண்டுமென்பதற்காகவே இலக்கிய சஞ்சிகை என்ற பெயரில் சில பத்திரிகைகள் சந்தையில் சுற்றித் திரிந்தன. சினிமா செய்திகளையும் இலக்கியத்தையும் கலந்து அவை செலா வணியைப் பெற்றன. மாறாக இலக்கியம், அரசியல், கல்வி, சமூக சிந்தனை என்று பல தளங்களில் இளம்பிறை ஈடுபட்டதாயினும் சினிமா செய்திகளுக்கு ஒரு வரிதானும் இடம் ஒதுக்காமை அதன் சிறப்பம்சமாகும்.

இளம்பிறை இலங்கை அரசியலை நடுவு நிலையோடு பார்த்தது. தேவையாயின் ஆசிரியத் தலையங்கங்கள் மூலம் அது ஆலோசனை வழங்கத் தவறவில்லை. தமிழ்நாட்டு முஸ்லிம் அரசியலையும் அது பேசியது. மலேசியா, சிங்கப்பூர், இந்தியா போன்ற வெளிநாடுகளில் இன்றும்கூட இளம்பிறையை அங்க லாய்த்துப் பேசுவோர் உள்ளனர்.

'நாமும் நாங்களும்' என்ற பகுதி எஸ்பொவின் எழுத்தாயுதம் எனலாம். எதிரணியினரை திக்குமுக்காடச் செய்யும் பான்மையது. 'எஸ்.பொ எழுத்துக்கள்' என்ற தனிப்பகுதியையும் எஸ்பொ கையாண்டார். ஆக்கல், நோக்கல் ஆகிய இரு பகுதிகள் அதில் உள்ளடங்கியிருந்தன. ஆக்கல் எஸ்பொவின் படைப்பு முயற்சி

களையும் நோக்கல் ஏனையோரின் திறன் நோக்கலையும் தாங்கி யிருந்தது.

'நோக்கு' என்ற வேறொரு பகுதியும் இருந்தது. அதில் திறன் நோக்கு முயற்சிகள் இடம்பெற்றன. கொ.சு என்ற சுருக்கப் பெயரில் கொண்டோடி சுப்பர் நையாண்டியும் நகைச்சுவையும் கலந்து தனக்கேயுரிய பாணியில் இப்பகுதியை நிறைத்தார். கொண்டோடி சுப்பர் மூன்று பரம்பரையைச் சேர்ந்தவர். மண்டாடி சுப்பர் மகன் திண்டாடி சுப்பர் மகன் கொண்டோடி சுப்பர் என்ற அறிமுகம் அவருக்கிருந்தது. நோக்கு என்ற இப்பகுதியில் மாலிக் என்ற புனைபெயரில் எம்.ஏ.ரஹ்மானும் திறன் நோக்குக் கட்டு ரைகள் எழுதினார். முஸ்லிம் கதை மலர் என்ற வெளியீடு பற்றி ரஹ்மான் எழுதிய கட்டுரையை சோற்றுப் பருக்கையாகக் கொள் ளலாம்.[1] பின்வந்த இதழ்களில் ரஹ்மான் உருவகக் கதைகளும் எழுதியுள்ளார்.

இளம்பிறை தரமான சிறுகதைகளைத் தெரிந்து பிரசுரித்தது. சிரேஷ்ட எழுத்தாளரான எஸ்.பொவின் தேர் தொடங்கி எஸ்.கே.சௌந்தரராஜன் என்ற ஓவியரின் முதல் கதையான ஆலிம் அப்துல்லா என்ற கதைவரை சிறுகதைகள் கனிந்து வந்தன. வளரும் பயிர் என்ற பகுதியில் இளம்படைப்பாளிகள் ஊக்குவிக்கப்பட் டார்கள். கல்லூரி மன்றம் என்ற தலைப்பில் மாணவர்களினுடைய ஆக்கங்கள் வெளியாகின.

பதின்மூன்றாம் பக்கம் (ஆர்.பாலகிருஷ்ணன்), மத்து (செகராச சேகரன்), களஞ்சியம் (மகான்), தரகர் தம்பையா (ஆர்.பால கிருஷ்ணன்), பிராணிகள் வாழ்விலே(அன்ரனி பெர்ணாண்டோ) போன்ற அம்சங்களோடு கவிதைக்கா என்ற பகுதியில் கவிதைகளும் ஒவ்வொரு இதழிலும் தவறாமல் இடம்பெற்றன. மக்குமாலா, யுக்தி போன்ற மூளைக்கு வேலை தரும் சுவையான அம்சங்களும் இருந்தன. இளம்பிறையின் மூன்றாவது இதழில் மஹாகவியின் முதலாவது குறும்பா அறிமுகமானது. குறும்பா, குறும்பா நயம், அசலும் நகலும், பாடாத பாட்டுகள் என்பன அடிக்கடி இடம் பெற்ற பகுதிகளாகும்.

ஸ்ரீமா அம்மையாரின் எழுபதுகளிலான ஆட்சியில் நிதி அமைச்சராகப் பதவியேற்றவர் என்.எம்.பெரேரா. அவருடைய பொருளாதாரச் சிந்தனை காரணமாக கறுப்புப் பணத்தை வெளியே கொண்டு வரவேண்டும் என்பதற்காக ஐம்பது ரூபாய், நூறு ரூபாய் நோட்டுகளை இரத்துச் செய்தார். இதனால் நாடு பொருளாதார முடைக்குள் அகப்பட்டுக் கொண்டது. இளம்பிறையும் சிரமங்களை எதிர் நோக்கின. விளைவு ஒன்பது ஆண்டுத் தொடர் பணியில் முப்பத்து நான்கு (முப்பத்தி எட்டு என்ற தகவலும் உண்டு) இதழ்களை வெளியிட்ட இளம்பிறை 1972 டிசம்பருடன் தன் பணியினை நிறுத்திக் கொண்டது.

அடிக்குறிப்பு

1. இளம்பிறை மாலை 1 பூ 3 ஜனவரி 1965.

அத்தியாயம் 09

சிறப்பிதழ்களாக இளம்பிறை

இளம்பிறை தனது இதழ்கள் பலவற்றை சிறப்பிதழ்களாக வெளியிட்டது. ஈத் மலர், கல்வி மலர், சாகித்திய மலர், விபுலாநந்தர் மலர், காந்தி நூற்றாண்டு மலர், ஸாகிர் ஹுஸைன் மலர், ஆசாத் மலர், அருள்வாக்கி மலர், இளைஞர் மலர், மீலாத் மலர், திருக் குர்ஆன் மலர், தை.அ. சிறப்பிதழ் என அதிகரித்த பக்கங்களுடனும் பரந்துபட்ட தகவல்களுடனும் வெளிவந்தன.

ஈத் மலர்

இளம்பிறை வெளியிட்ட முதலாவது சிறப்பிதழ் ஈத் மலர் ஆகும். பெருநாள் சிறப்பிதழான இது இளம்பிறையின் (1965) மூன்றாவது பூ ஆகும். 1965 ஜனவரியில் வெளியானது. அதில் அட்டாளைச்சேனை ஆசிரிய பயிற்சிக் கலாசாலை அதிபராக இருந்த ஐ.எல்.எம். மசூர், கொழும்பு சாகிரா கல்லூரி அதிபராக விருந்த அறிஞர் எ.எம்.எ.அஸீஸ் மற்றும் இஸ்லாமிய தமிழ் அறிஞர் வ.மி.சம்சுதீன் ஆகிய மூன்று பெரியார்களின் கட்டுரைகள் வெளியாகி இருந்தன.

பெருநாள் மலர்கள் இரண்டு வெளியாகி இருந்தன.

இரண்டாவது பெருநாள் மலர் அக்டோபர் - நவம்பர் 1970 இதழில் வெளியானது. முதலாவது ஈத் மலரில் வெளியான மூன்று பெரியார்களின் கட்டுரைகள் மீள்பிரசுரம் கண்டன. இளம்பிறை

ஆசிரியர் எம்.ஏ.ரஹ்மானின் கானம் என்ற ஓரங்க நாடகமும் எச். எம்.பி.முஹிதீனின் அந்தரே கதைகளும் கவிஞர் அண்ணலின் நபி காவியமும் இரண்டாவது பெருநாள் மலரில் சுவைக்கக் கிடைத் தன.

கல்வி மலர்

கல்வி மலர் அடுத்து வெளியானது. 6ஆம் 7ஆம் இதழ்களை இணைத்து நூற்றுக்கும் அதிகமான பக்கங்களில் 1965 இல் இம்மலர் வெளிவந்தது. இலங்கையில் முதல் தடவையாக கல்வி மலரை வெளியிட்ட சஞ்சிகை இளம்பிறைதான் என்ற பெருமையையும் பெற்றது. அப்போதைய கல்வி அமைச்சர் ஐ.எம்.ஆர்.ஏ. ஈரிய கொல்ல மற்றும் தொழில் வீடமைப்பு அமைச்சர் எம்.எச்.முகம்மது ஆகியோர் ஆசிச்செய்தி வழங்கியிருந்தனர். கல்வி தொடர்பான பெறுமதியான தகவல்களும் தரவுகளும் கட்டுரைகளும் அதில் இடம் பெற்றன.

விபுலாநந்தர் சிறப்பிதழ்

இளம்பிறையின் முதலாவது ஆண்டைய ஒன்பதாவது (1965) பூவாக விபுலாநந்தர் சிறப்பிதழ் வெளிவந்தது. இயல், இசை, நாடகம் தொடர்பான சுவாமி விபுலாநந்தரின் வாசித்து இன்பு றத்தக்க தமிழ்க் கட்டுரைகள் மலருக்கு மகுடம் சூட்டின. சேக்ஸ்பி யருடைய கருத்துக்களை மதங்கசூளாமணியிலிருந்து விபுலா நந்தரின் எழுத்துக்களாகவே தந்திருந்தமையைப் பலரும் பாராட் டினர். மட்டக்களப்பு நாட்டார் பாடல் நயமும் இதழில் இடம் பிடித்திருந்தது.

அருள்வாக்கி மலர்

இளம்பிறையின் 10 வது இதழாக (1965) அருள்வாக்கி மலர் விரிந்தது. தமிழ், முஸ்லிம் மக்களிடையே மட்டுமல்லாமல் மலையகச் சிங்கள மக்கள் மத்தியிலும் இலங்கையிலும் தமிழ் நாட்டிலும் பிரபல்யம் பெற்றிருந்த வித்துவ தீபம் அருள்வாக்கி அப்துல் காதிர் புலவரின் நூற்றாண்டு விழா தொடர்பில் அதனைச் சிறப்பிக்குமுகமாக இச்சிறப்பிதழ் வெளியானது. தமிழ் துறைத்

தலைவர் பேராசிரியர் எம்.எம்.உவைஸ் ‘சந்தத் திருப்புகழ் பாடிய புலவர்மலைக் கோமான்’ என்ற கட்டுரையினையும் இஸ்லாமிய தமிழறிஞர் ஜே.எம்.எம்.அப்துல் காதிர் ‘அருள்வாக்கியும் கண்டி பதிற்றுப்பத்தந்தாதியும்’ என்ற கட்டுரையினையும் எழுதியிருந்தனர். அருள்வாக்கி அப்துல் காதிர் புலவருக்கு முதன்முதலாக சிறப்பிதழ் வெளியிட்ட பெருமையை இளம்பிறை பெற்றுக் கொண்டது.

இலங்கை தெல்தோட்டை ஊடக மன்றம் வழங்கும் ‘அருள்வாக்கி நேசன் விருது’ இவ்வருடம் (2022) எம்.ஏ.ரஹ்மானுக்கு வழங்கப்படுகிறது. கண்டியில் 24.09.2022 இல் நடைபெற்ற விருது வழங்கும் விழா நிகழ்வில் ரஹ்மான் சார்பாக அவரது பிரதி நிதியொருவர் இவ்விருதினைப் பெற்றுக் கொண்டார். எண்பத் தெட்டு வயது கடந்த நிலையில் உள்ள இளம்பிறை ரஹ்மானின் கனதியான பணிகளை அங்கீகரித்து நினைவு கூர்ந்து அவரை சங்கை செய்துள்ளமை மகிழ்ச்சியான செய்தியாகும்.

சாகித்திய மலர்

இளம்பிறையின் ஓராண்டு முடிவில் 11ஆம் 12ஆம் பூக்களை இணைத்து சாகித்திய மலர் வெளியானது. அப்போதைய உள்ளூராட்சி அமைச்சர் மு.திருச்செல்வம் தொழில் மற்றும் வீட மைப்பு அமைச்சர் எம்.எச்.முகம்மது ஆகியோர் ஆசிச்செய்தி வழங்கியிருந்தனர். ஸ்ரீலங்கா சாகித்திய மண்டலம், அதன் பணிகள், உறுப்பினராக இருந்தவர்கள், ஆண்டுவாரியாக பரிசு பெற்ற தமிழ், சிங்கள நூல்கள் பற்றியெல்லாம் விபரங்கள் கொண்ட பெரும் தொகுப்பாக சாகித்திய மலர் வெளிவந்தது.

இளைஞர் மலர்

இது இரண்டாம் வருட முதலாவது இதழ் ஆகும். ஒக்டோபர் 1966 இல் மலர்ந்தது. பெரும் தொகையான இளைஞர்களின் படைப்புகள் அதில் வெளியாகி இருந்தன. இளைஞர்கள் மத்தியில் இலக்கியம் பற்றி எழுந்துள்ள ஆர்வத்திற்கு உருவம் கொடுப்பதாக மலரில் குறிப்பொன்று காணப்பட்டது.

ஆசாத் மலர்

இது ஏப்ரல் 1967 இல் வெளிவந்தது. இரண்டாவது தடவையாக மௌலானா அபுல் கலாம் ஆசாத்தின் புகைப்படம் இளம்பிறையில் வெளியான சந்தர்ப்பம் அது. இந்தியா விடுதலை பெறுகின்றது என்ற ஆசாத் எழுதிய கட்டுரையின் ஒரு பகுதி மொழி பெயர்த்துப் பிரசுரமாகியிருந்தது. வேறு சில ஆசாத்பற்றிய கட்டுரைகளும் மலருக்கு மணமூட்டின. அபுல்கலாம் ஆசாத் அவர்களுக்கு தமிழில் வெளியான சிறப்பிதழ் இதுமட்டுமே என்று விசுவாசிக்கலாம்.

ஸாகிர் ஹுஸைன் மலர்

இவர் 1967 இல் இந்தியாவின் 3வது ஜனாதிபதியாக நியமிக்கப்பட்டவர். இதனை முன்னிட்டு இளம்பிறை ஜூலை 1967 இதழ் ஸாகிர் ஹுஸைன் மலராக விரிந்தது.

இந்தியா இந்துக்கள் பெரும்பான்மையாக வாழும் நாடு. எனினும் மதச்சார்பற்ற நாடு என்பதை உலகிற்குத் தெரியப்படுத்துவதற்காக முஸ்லிம் ஒருவரை ஜனாதிபதியாகத் தெரிவு செய்தது. 1972 வரை பதவி வகிக்கவேண்டிய ஸாகிர் ஹுஸைன் 1969 இல் திடீர் மரணம் அடைந்தார்.

மீலாத் மலர்கள்

மீலாத் மலர்கள் பலதடவைகள் வெளிவந்துள்ளன. 1965, 1968, 1969 ஆகிய ஆண்டுகளில் அவை வெளியாகின. 1970 இல் ஆறாம் ஆண்டு மலரோடு இணைந்ததாகவும் ஒரு மீலாத் மலர் வெளியானது. நபி கதைகள் ஏழு என்ற தலைப்பில் குறுங்கதைகளும் எம்.ஏ.ரஹ்மான் எழுதிய நம்பிக்கை என்ற ஓரங்க நாடகமும் இரண்டாம் மீலாத் மலரில் வெளிவந்திருந்தன. அதே இதழில் முகம்மது நபி(ஸல்) அவர்களுக்காக 'நாயகத் திருமேனி' என்ற சொல் பயன்படுத்துதல் தவறானது என்று இஸ்லாமிய தமிழ் அறிஞர் ஜே.எம்.எம்.அப்துல் காதிர் நிறுவியுள்ளார்.

1969 ஜூனில் மூன்றாவது மீலாத் மலர் வெளியானது. ஐந்தாம் ஆண்டு மலராகவும் இணைந்து வெளிவந்ததால் 180 பக்கம்

கொண்ட பெரியதொரு தொகுப்பாக அமைந்தது. நபி கதைகள் என்ற தலைப்பில் பத்து குறுங்கதைகளும் பயணங்கள் என்னும் உரைச் சித்திரமும் ஆசிரியர் எம்.ஏ.ரஹ்மான் அவர்களால் எழுதப் பட்டுள்ளன.

திருக்குர்ஆன் மலர்

இம்மலர் டிசம்பர் 1968 இல் வெளிவந்தது. திருகுர்ஆன் அருளப்பட்டு 1400 ஆண்டுகள் நிறைவு பெறுவதனை முன்னிட்டு முஸ்லிம் நாடுகளிலும் முஸ்லிம்கள் பெருந் தொகையில் வாழும் நாடுகளிலும் இவ்விழா விமரிசையாகக் கொண்டாடப்பட்டது. இலங்கையிலும் இவ்விழா அரசாங்க அனுசரணையுடன் இடம் பெற்றது. தேசிய விழாக் குழுவின் தலைவராக அமைச்சர் எம். எச்.முகம்மது சிறப்புறப் பணியாற்றினார்.

இவ்விழா தொடர்பிலே இளம்பிறை தன் பங்குக்கு மலர் வெளியிட்டு மகிழ்ந்தது. குர்ஆன்பற்றிய விசேட கட்டுரைகள் பல இடம் பிடித்திருந்தன. மௌலானா அபுல் கலாம் ஆசாத், பேரா சிரியர் செய்யத் அப்துல் லத்தீப், பாரத மத்திய அமைச்சர் பக்ருத்தீன் அலி அஹ்மத் ஆகியோருடைய கட்டுரைகள் மொழி பெயர்க்கப் பட்டு பிரசுரம் கண்டன. கவிஞர் அண்ணல் அமரத்துவ காதல் என்ற தலைப்பிலும் புலவர்மணி ஆ.மு.சரிபுத்தீன் நபிமணியின் மணிமொழிகள் என்ற தலைப்பிலும் கவிதைகள் பகிர்ந்திருந்தனர். உறுதி என்ற நபி கதையை எம்.ஏ.ரஹ்மான் எழுதியுள்ளார்.

பிரபல சிறுகதை எழுத்தாளர் எஸ்.பொன்னுத்துரையின் மிகச் சிறந்த சிறுகதையாக பலராலும் விதந்து புகழப்படுவது தேர் என்ற கதைதான். ஆனால் தேர் என்ற தலைப்பில் அவர் இன்னுமொரு கதையும் எழுதியுள்ளார். அக்கதை இவ்விதழில்தான் பிரசுரமானது.

காந்தி நூற்றாண்டு

இவ்விடயம் தொடர்பில் இரண்டு சிறப்பிதழ்கள் வெளியாகின. காந்தி நூற்றாண்டின் ஆரம்பத்தில் 1968 ஒக்டோபரில் காந்தி நூற்றாண்டு ஆரம்ப நினைவு மலரும்(1) 1969 ஒக்டோபர் நவம்பர் இதழ் காந்தி நூற்றாண்டு மலராகவும் (2) வெளிவந்து மணம் பரப்பின.

இளம்பிறையின் சகோதர நிறுவனமான அரசு வெளியீடு காந்தி நூற்றாண்டு தொடர்பாக ஐந்து நூல்களை வெளியிட்டது தொடர்பில் முன்னரும் குறிப்பிட்டுள்ளோம். மாணாக்கரின் காந்தி, காந்தி போதனை, காந்தி தரிசனம், காந்தி பாமாலை, காந்தியக் கதைகள் ஆகிய நூல்களே அவை. அதனை இளம்பிறை வெளியிட்ட காந்தி நூற்றாண்டு மலரின் அநுபந்தம் என்றும் கொள்ளலாம். வேறெந்த தமிழ்ச் சஞ்சிகையும் எத்தனிக்க முனையாத முத்திரைச் செயற்பாடு இது.

உலகப் பெரியார்கள், நோபல் பரிசு பெற்றவர்கள், பாரத மண்ணின் மைந்தர்கள் என்று சர்வதேசம் அறிந்தவர்களின் பதினாறு கட்டுரைகள் இந்த மலரில் இடம் பெற்றுள்ளன. மலேசியாவிலிருந்து வெளிவந்த பொன்னி இதழ் ஆசிரியரின் சிறப்புக் கட்டுரையும் உண்டு.

'தர்மத் தூது' என்ற சிறப்புக் கதை மற்றும் நான்கு நாடுகளைச் சேர்ந்த ஐந்து கவிஞர்களின் கவிதைகள் ஆகியன 'காந்தி பாமாலை' என்ற நூலிலிருந்து எடுத்துப் பிரசுரிக்கப்பட்டன. காந்தி நினைவுப் போட்டிகளிலே வெற்றி பெற்ற பதினெட்டு மாணவர்களின் அறிமுகமும் மனதைக் கவரும் வகையில் இடம் பெற்றுள்ளன. இந்திய ராஷ்டிரபதிபவன் பற்றிய அரிய பல தகவல்கள் மலரைச் சிறப்பித்தன.

சிங்கப்பூர் குடியரசு ஜனாதிபதி யூசுப் பின் இஸாக், பாரதப் பிரதமர் இந்திராகாந்தி, முன்னாள் இந்திய ஜனாதிபதி டாக்டர் ராதாகிருஷ்ணன், இந்திய தேசிய காந்தி நூற்றாண்டு சபையின் பொதுச் செயலாளர் ஆர்.ஆர்.திவாகர் ஆகியோர் வாழ்த்துச் செய்திகள் அனுப்பி இருந்தனர்.

வாசகர்களுக்கு மகாத்மா காந்தியை முழுமையாகத் தரிசிக்கும் வாய்ப்பு இந்த மலர் மூலம் கிட்டியது.

தை அ. சிறப்பு மலர்

தை.அ.செ.அப்துல் காதர் அவர்கள் இலங்கையில் இருபத்தைந்து வருடங்கள் சமூக சேவையில் தீவிர ஈடுபாடு காட்டி வாழ்ந்த இந்தியர் ஆவார்.

1970 இல் ஆட்சிக்கு வந்த ஸ்ரீமா அரசாங்கம் இரத்தினக் கல் வியாபாரத்தை அரசு நிறுவனத்தின் கீழ் கொண்டு வந்ததுடன் அதில் ஈடுபட்டவர்கள் தங்குமிட விசாவில் இலங்கையில் இருந்தால் தொடர்ந்து வசிக்க விசா நீடிப்பு வழங்குவதில்லை என்றும் தீர்மானித்தது. எனவே தைஅ.செ இலங்கையை விட்டுச் செல்லும் நிலை ஏற்பட்டது. பல்வேறு சமூக நிறுவனங்களும் தொண்டர் அமைப்புகளும் அவருக்கு தொடர்ந்து விசா வழங்கு மாறு கேட்டபோதும் அக்கோரிக்கைகள் ஏற்கப்படவில்லை. எனவே தை.அ.செ இந்தியா செல்ல வேண்டிய சூழ்நிலையில் இளம்பிறை இலக்கிய வட்டத்தின் ஏற்பாட்டில் கொழும்பு தப்ர பேன் ஹோட்டலில் 23.01.1971 இல் தை.அ.செ. வெள்ளி விழா ஏற்பாடு செய்யப்பட்டது. விழாவில் அனைத்திலங்கை தமிழ் எழுத்தாளர் கூட்டமைப்பு 'தொண்டர் திலகம்' என்ற பட்டத்தி னையும் இளம்பிறை இலக்கிய வட்டம் 'ஸாஹிபே மில்லத்' என்ற பட்டத்தினையும் வழங்கி தை.அ. வைக் கௌரவித்தனர்.

விழாவை முன்னிட்டு இளம்பிறை தை.அ.சிறப்புமலரை வெளி யிட்டது. தை.அ.வின் குடும்ப பாரம்பரியம், ஈழவள நாடும் தை.அ.வும், அவர் வகித்த பதவிகள், வெளிநாட்டுப் பயண விபரங் கள் போன்ற கட்டுரைகள் அதில் இடம் பெற்றிருந்தன.

ஆண்டு மலர்கள்

இது பற்றியும் பேச வேண்டியுள்ளது. தனியாக ஆண்டுமலர்க ளை வெளியிடாமல் இணைந்தவகையில் அவை வெளிவந்தன. ஐந்தாவது ஆண்டு மலர் 1969 ஜூனில் மீலாத் மலருடன் இணைந்து வந்தது. இலங்கையில் எந்தவொரு முஸ்லிம் சஞ்சிகையும் 180 பக்கங்களில் இதுபோல் பாரியதொரு இதழை வெளியிட்டதில்லை. ஆறாம் ஆண்டு நிறைவு மலரும் அவ்வாண்டின் மீலாத் மலர்க் கட்டுரைகளுடனேயே மலர்ந்து மணம் பரப்பியது.

ஒருசேரத் தொகுத்து நோக்கும்போது இளம்பிறை சஞ்சி கையானது பல்வேறு பொருளாதார மற்றும் இருட்டடிப்பு இடர்களுக்கு மத்தியிலும் தனித்துவமான தனது இலக்கியப் பணிகளை ஏனைய சஞ்சிகைகளுக்கு முன்மாதிரியாக செய்து

முடித்துள்ளது என்பதை மேற்படி சிறப்பிதழ்கள் ருசுப்படுத்து கின்றன. வெளியிட்ட முப்பத்து நான்கு இதழ்களில் (முப்பத்து எட்டு இதழ்கள் என்று ஒரு தகவலும் உண்டு. எனினும் கைவசம் சில இதழ்கள் இல்லாமையால் சரியான எண்ணிக்கையை தர முடியவில்லை) ஆண்டு மலர் உட்பட இருபதுக்கு மேற்பட்ட சிறப்பிதழ்களை தந்துள்ளமை சாதனைக் கம்பத்தின் உச்சியில் இளம்பிறை ஏறி உட்கார்ந்துள்ளது என்பதையே காட்டுகின்றது. கல்வி மலர், சாகித்திய மலர், காந்திநூற்றாண்டு மலர் போன்று அரிய தகவல்களைப் புதையலாகத் தருவது எல்லா சஞ்சி கைகளுக்கும் இயலுமானதல்ல. விபுலாநந்த மலர், அருள்வாக்கி மலர், ஆசாத் மலர் என்று ஆளுமைச் சிறப்பிதழ்கள் பவனி வந்ததும் மீலாத் மலர்கள் போன்ற பெரும் இதழ்கள் மணம் பரப்பி வெளியிடுவதும் நோன்பியற்றி வென்ற பணிகளாகும். அதனை இளம்பிறை தடம்பதித்து நிறுவியுள்ளது. இளம்பிறை போன்று முஸ்லிம் கோலம் புனைந்து தமிழின் பழந் தமிழ் இலக்கியங்களை ஒருசேரச் சுவைக்கத் தந்த இன்னுமொரு இலக்கியச் சஞ்சிகை இதுவரை இலங்கையில் தமிழில் வெளிவரவில்லை என்பதே எமது கட்சி.

அத்தியாயம் 10

மஹாகவியின் குறும்பா :
மக்கள் மயப்படுத்திய இளம்பிறை

கவிஞர் மஹாகவி எனவே தமிழிலக்கிய உலகு நன்கு தெரிந்து வைத்திருக்கும் த.உருத்திரமூர்த்தி அவர்கள் குறும்பா என்ற கவிதை வடிவத்தை தமிழுக்குப் புதிதாகத் தந்தவர். அதனை இலக்கிய மாசிகையான இளம்பிறை மக்கள் மயப்படுத்தியது.

இந்த அத்தியாயம் குறும்பா பற்றியும் இளம்பிறையுடனான குறும்பாவின் தொடர்பு பற்றியும் விரிவாகப் பேசுகிறது.

ஈழத்து நவீன தமிழ் கவிதை முன்னோடிகளுள் மஹாகவியும் ஒருவர். அவ்வாறே நவீன காப்பியங்களின் முன்னோடிகளிலும் ஒருவர் என்ற அடையாளமும் அவருக்கு உண்டு.

கவிஞர் மஹாகவி தனது பதினாறாவது வயதில் (1943) 'மின்னல்' என்ற கன்னிக் கவிதையை 'ஈழகேசரி'யில் எழுதினார். அவரின் முதலாவது கவிதைத் தொகுதியான 'வள்ளி' வரதர் வெளியீடாக 32 பக்கங்களைக் கொண்டு 1955 இல் வெளியானது.

மஹாகவியின் படைப்புகளாக இன்றுவரை ஆறு காவியங்களும் மூன்று பா நாடகங்களும் உள்ளன. நான்கு கவிதைத் தொகுதிகளும் வெளிவந்துள்ளன. இவையெல்லாம் தமிழ்ச் செய்யுள் இலக்கியத்தை நவீன மயப்படுத்தியதில் மஹாகவியின் பங்கினைப் பேசவல்லன.

கவிஞர் செங்கதிரோனை ஆசிரியராகக் கொண்டு கொழும்பு தமிழ்ச் சங்கம் வெளியிட்ட மாதாந்த இதழான 'ஓலை' (2003 ஜுன்) மஹாகவி நினைவாகச் சிறப்பிதழ் ஒன்றை வெளியிட்டது. அந்நிகழ்வில் மஹாகவியின் மகன் சேரனும் மகள் ஔவை தனது கணவருடனும் கலந்து கொண்டமை நிகழ்வை நெஞ்சில் நிறுத்தியது.

முதலாவது குறும்பா

மஹாகவி பற்றி எவரும் பெரிதாக அலட்டிக் கொள்ளாத சூழ்நிலையில் 1960 களின் மத்திய கந்தாயத்தில் குறும்பா எழுதும் முயற்சியில் மஹாகவி இறங்கினார்

ஆங்கில இலக்கிய உலகில் 'லிமரிக்' (Limerick) என உலா வந்த கவிதைகளை ஓதிப் பெற்ற உணர்வினால் அதன் வடிவத்தை 'குறும்பா' என்ற பெயரில் இளம்பிறையில் தமிழுக்கு அறிமுகப்படுத்தினார். மூத்த கவிஞர் என்று 'மட்டுப்படுத்தப்பட்ட அளவில்' விலாசம் பெற்றிருந்த அவரின் பெயர் அன்றிலிருந்து தமிழ்க் கவிதைப் பரப்பில் அறியப்பட்ட பெயராக மனைகோலத் துவங்கியது.

நீர்கொழும்பு இந்து வாலிபர் சங்கத்தால் 30.01.1965 இல் நடத்தப்பட்ட தமிழ் விழாவொன்றிலே மஹாகவியின் முதலாவது குறும்பா பகிரங்கத்துக்கு வந்தது.

எஸ்.பொன்னுத்துரை தலைமையேற்ற கவியரங்கம் அது. குறிப்பிட்ட நிகழ்வில் மஹாகவி பற்றியும் அவரின் குறும் பாபற்றியும் எஸ்.பொ பேசினார். அதன்போது மஹாகவி எழுதிக் கொண்டிருக்கும் குறும்பாக்கள் சில கிடைத்ததாகக் கூறி ஒரு குறும் பாவை வாசித்துக் காட்டினார்.[1]

உத்தேசம் வயதுபதி னேழாம்
உடல்இளைக்க ஆடல்பயின் றாளாம்
எத்தேசத் தெவ்வரங்கும்
ஏறாளாம் ஆசிரியர்
ஒத்தாசையால் பயிற்சி பாழாம்.

இதுவே வெளியுலகம் அறிந்த மஹாகவியின் முதலாவது குறும்பா ஆகும். இக்குறும்பாவே 'மஹாகவியின் குறும்பாக்கள்' என்னும் கவிதை நூலின் முதலாவது குறும்பாவாகவும் அமைந்தது.

இளம்பிறையில் முதலாவது குறும்பா

நீர்கொழும்பு தமிழ் விழாவைத் தொடர்ந்து 1965 (மாலை1 பூ 3) இளம்பிறையில் சுடச்சுட 'குறும்பா'க்கள் வெளியாகத் தொடங்கின. 'அல்லையிலே வாழ்பவளாம் முல்லை' என்ற குறும்பாவே இளம்பிறை தந்த முதலாவது குறும்பா ஆகும்.

அல்லையிலே வாழ்பவளாம்   முல்லை
அவள்அழகால் ஆடவர்க்குத்   தொல்லை
    இல்லை எனும் தன்   இடையை
    இல்லை எனா   தீந்ததனால்
இல்லை என்பார் இப்பொழுதோ   இல்லை

இது என்ன? என்ற கேள்வியுடன் ஆங்கில லிமரிக் ஒன்றும் அவ்விதழில் வெளியாகியிருந்தது. அந்த Limerick இதுதான்.

There was a young lady of   niger
Who smiled as she rode on a   tiger
They returned from the ride
With the lady inside
And the smile on the face of the   tiger

இதனைத் தொடர்ந்து வெளியான அடுத்த இளம்பிறைப் பூவில் 'குறும்பா விளக்கம்' என்ற தலைப்பில் பந்தியொன்று வெளியானதுடன் ஏழு குறும்பாக்களும் வெளியாகின. இளம்பிறை தொடர்ச்சியாக ஒவ்வொரு இதழிலும் ஆறோ ஏழோ என்ற எண்ணிக்கையில் குறும்பாக்களை வெளியிட்டு வந்தது.

குறும்பாவும் இளம்பிறையும்

மஹாகவி குறும்பாவை தமிழுக்குப் புதிய வடிவம் என்று இளம்பிறையில் அறிமுகம் செய்தபோது "அது ஏலவே தமிழில்

உள்ள வடிவம்தான்'' என்று தான்தோன்றிக் கவிராயர் சில்லையூர் செல்வராசன் தலைமையில் ஒரு குழுவினர் சாரத்தை மடித்துக் கட்டிக் கொண்டு சண்டைக்கு வந்தனர். அவர்களை எதிர்த்து எஸ்.பொன்னுத்துரை, எம்.ஏ.ரஹ்மான் போன்றவர்கள் மஹாகவிக்கு ஆதரவாக 'குறும்பா' தமிழுக்கு அறிமுகமாகும் புதிய வடிவம் என்ற வாதத்தை வலிமையாக முன்வைத்தனர்.

இளம் தலைமுறையினரிடையே குறும்பாமீதான ஆர்வத்தைத் தூண்டும் வகையில் இளம்பிறையில் நயம் எழுதும் போட்டிகள் இடம் பெற்றதுடன் பரிசில்களும் வழங்கப்பட்டன.

இளம்பிறையின் தொடர்நடவடிக்கையாக 1966 இல் 'மஹாகவியின் குறும்பா' ஒரு தொகுதியாக வெளிவந்தது. 'அரசு வெளியீடு' தனது பன்னிரெண்டாவது நூலாக இதனைத் தந்தது.

''குறும்பாக்களை மக்களின் கைகளிலே வைத்த ரஹ்மானுக்கும் கருத்திலே சேர்த்த பொன்னுத்துரைக்கும் கண்ணிலே பதித்த சௌக்கும் நன்றிகள்.'' என்று இத்தொகுப்பிலே மஹாகவி குறிப்பிட்டுமுள்ளார்.

புதுடில்லி பல்கலைக்கழகத்திலே கடமையாற்றிய பேரா.சாலை இளந்திரையன் அவர்கள் மஹாகவியின் 'சடங்கு', 'கந்தப்ப சபதம்' ஆகிய இரு காவியங்களையும் சென்னை பாரி நிலையத்தின் ஊடாக 1974 இல் ஒருசேர நூலாக வெளியிட்டவர். அவர் குறும்பா தொடர்பாக பின்வருமாறு குறிப்பிட்டுள்ளார்.

''வள்ளி தொகுப்பிலுள்ள கவிதைகளில் மஹாகவியின் சில தனி இயல்புகள் முகம் காட்டினாலும் பல ஆண்டுகளுக்குப் பின் வந்த குறும்பாவே அவரைத் தனித் தன்மை வாய்ந்த பெருங்கவிஞனாக நிலைநிறுத்தியது.''

குறும்பாவின் பரவலான அறிமுகத்தின் பின்னரே அவருடைய நவீன காவியங்களும் பா நாடகங்களும் அச்சிலே வந்து பேசத் தொடங்கின என்பதை இன்றைய இலக்கிய உலகம் வசதியாக மறந்து விட்டது என்பதுதான் கவலையான விடயமாகும்.

இலங்கையில் குறும்பா வெளிவந்த காலகட்டத்தில் கவிதைத் துறையில் கால்பரப்பி நின்ற மூத்த கவிஞர்கள் எவரும் குறும்பா வடிவத்தைத் தொட முன்வரவில்லை. மஹாகவிமீது கொண்ட துடக்கு மனப்பான்மையும் தங்களுக்கு வாலாயமான பழைய பா வடிவங்களிலே எழுதினால் போதும் என்ற சுயதிருப்தியும் இதற் கான காரணங்களாகும்.

செங்கதிர் என்னும் இலக்கிய மாசிகையை 2008 இலிருந்து தொடர்ச்சியாக ஐந்து வருடங்கள் வெளிக் கொண்டுவந்த சஞ்சிகை யாளர் செங்கதிரோன் குறும்பா தொடர்பில் 'ஜீவநதி' சஞ்சிகையில் தந்த ஒப்புதல் வாக்குமூலம் இது.

"குறும்பாவின் உருவமும் உள்ளடக்கமும் இலக்கிய நெஞ்சங் களைக் கவர்ந்த நிலையில் அக்காலகட்டத்து மூத்த கவிஞர்கள் கவிதை எழுத முன்வராதபோது இளம் தலைமுறையினர் சிலர் குறும்பா வடிவத்தைக் கையாளத் தொடங்கினர். அவர்களில் பிற்காலத்தில் 'இரண்டாம் விசுவாமித்திரன்' என அறியப்பட்ட கவிஞர் ஏ.பீர்முகம்மது குறிப்பிடத்தக்க ஒருவர். மஹாகவியின் அடியொற்றி பீர்முகம்மது எழுதிய முதலாவது குறும்பா இது.

சிந்தனையைக் கிளறுகிறான்   *பாடி*

சிரிப்பும் உடனே வருமாம்   *கூடி*

     வந்து குறும்பாவினை நம்

     வாய்கிழிய மெய்சிலிர்க்க

தந்திடுவான் ஊழல்களைச்   *சாடி*

இக்குறும்பா இளம்பிறையில் (செப்டம்பர் 1965) வெளியானது. தமிழில் குறும்பா அறிமுகமான காலத்திலேயே உரிய முறையில் உருவ உள்ளடக்கத்தைப் பின்பற்றி குறும்பா எழுதி தொடர்ந்தும் அம்முயற்சிகளில் ஈடுபட்டவர் என்ற வகையில் மஹாகவிக்குப் பின்னர் முதன் முதலில் குறும்பா எழுதியவர் கவிஞர் ஏ.பீர் முகம் மது என்பது என் கணிப்பு"[2]

குஞ்சம் சூடிய குறும்பா

கவிஞர் மஹாகவி குறும்பா வடிவத்தைத் தமிழுக்கு அறிமுகப் படுத்தினார் என்றே நாம் தெரிந்து வைத்திருக்கிறோம். 'குறும்பா' வை அவர் அறிமுகப்படுத்தினார் என்பதைவிட 'குறும்பாவே அவரது பேசப்படும்நிலையின் ஆரம்பப் புள்ளியை தொடங்கி வைத்தது' என்பதே வலிதான கூற்றாகும்.

ஆனால் குறும்பா ஊடாக மஹாகவி பெற்ற தொடக்க அங்கீகாரத்தைப் புறந்தள்ளி அதனைப் பேசாமல் காவியங்களாலும் பா நாடகங்களாலும் சில கவிதைகளாலும் மட்டுமே அவரைப் பார்க்க விரும்பும் மனப்பான்மை கொண்ட சிலரும் உள்ளனர். மஹாகவியின் கீர்த்தி என்பது நவீன காவியங்களாலும் சில பா நாடகங்களினாலும் மட்டும் கட்டியெழுப்பப்பட்டதல்ல. குறும்பா உட்பட்ட கவிதைகளுக்கு அதில் முதற்பங்குண்டு.

கவிக்கோ அப்துல் ரஹ்மான், கவிஞர் மீரா, ஈரோடு தமிழன்பன் போன்ற தமிழகத்துப் பெருங்கவிஞர்கள் குறும்பாபற்றி சிலாகித்துப் பேசும் அளவுக்கு இன்று நிலைமை மாறியிருக்கிறது என்றால் மஹாகவி, எஸ்பொன்னுத்துரை, எம்.ஏ ரஹ்மான் ஆகியோர் இளம் பிறையூடாக குறும்பா தொடர்பில் அன்று முன்னெடுத்த தீர்மானம் தீர்க்கதரிசனமானது என்பது இப்போது எண்பிக்கப்பட்டு வரு கின்றது.

அடிக்குறிப்பு

1. ரஹ்மான். எம்.ஏ. பதிப்புரை மஹாகவியின் குறும்பாக்கள் பக் 5.
2. செங்கதிரோன் 'குறும்பா'(கட்டுரை) ஜீவநதி 128 ஜனவரி 2019 பக் 47.

அத்தியாயம் 11

வரலாற்றில் வாழும் இளம்பிறை

இளம்பிறையின் தமிழிலக்கியப் பங்களிப்பினை தராசுத் தட்டில் வைத்து நிறுத்துப் பார்க்கும் எத்தனமே இங்கு மையம் கொண்டுள்ளது. அதுவே அத்தியாயமாக விரிகின்றது.

இளம்பிறை முஸ்லிம் அடையாளத்தை கொஞ்சம் தூக்கலாக வெளிக்காட்டியது என்னவோ உண்மைதான். ஆனால் தமிழர்களின் கலை இலக்கியப் பிரதியாகவும் அது தன்னை விதைத்தது என்பதும் உண்மையே. அதனை இளம்பிறையில் வெளியான வாசகர் கருத்துக்கள் ருசுப்படுத்தின.

இளம்பிறை சஞ்சிகையின் விசேட சிறப்பு அதன் அச்சும் அமைப்பும் ஆகும். அக்கால கட்டத்தில் மற்றெந்தச் சஞ்சிகையிலும் காண முடியாத அளவுக்கு கவனத்தை ஈர்த்து கவர்ச்சியோடு இளம்பிறை வெளிவந்தது. தொழில்நுட்பம் வளர்ச்சியடையாத காலத்தில் வர்ணக் கலவையை அட்டைப் படத்தில் கொண்டு வந்து அதிசயம் புரிந்தது இளம்பிறை சஞ்சிகைதான்.

மனதைக் கவரும் அட்டைப் படத்தில் கல்வியியலாளர்களும் இலக்கிய மேதாவிகளும் உலா வந்தனர். உலகத் தலைவர்களும் வந்தனர். இனங்களுக்கிடையே சமரசம் காணும் வகையில் இன மத வேறுபாடின்றி பலரும் தோற்றம் காட்டினர்.

விசேட சிறப்பிதழ்கள் தொடர்பில் இளம்பிறையை எவரும் மிஞ்சிவிட முடியாது என்பதை முன்னைய அத்தியாயத்தில் நாம் குறிப்பிட்டுள்ளோம். இளம்பிறையின் முப்பத்தி எட்டு இதழ்களில் இருபதுக்கு மேற்பட்ட சிறப்பிதழ்களா என்று நாமே மூக்கில் விரல் வைத்தோம்.

இச்சஞ்சிகை வெளிவந்த சமகாலத்தில் வேறு சில கலை இலக்கிய மாசிகைகளும் சந்தையில் இருந்தன. கலைச்செல்வி, விவேகி, ஈழச்சுடர், மல்லிகை, புதுமை இலக்கியம் போன்ற சஞ்சிகைகள் அவற்றுள் குறிப்பிடத்தக்கன. இவற்றிலிருந்தெல்லாம் வேறுபட்டு புதியதொரு பார்வையுடன் இளம்பிறையின் பயணம் அமைந்தது.

முற்போக்கு அணியினருக்கு முன்னுரிமை அளித்த சில சஞ்சிகைகளின் அணுகுமுறையும் இஸ்லாமிய சஞ்சிகை என்ற பெயரில் தமிழ்பேசும் ஒரு பகுதியினரைக் கண்டு கொள்ளாத போக்கும் இளம்பிறையிடம் காணப்படவில்லை.

இருட்டடிப்பு

சஞ்சிகையொன்று ஆரம்பிக்க வேண்டுமென்ற எம்.ஏ.ரஹ்மானின் பதினைந்து வருடக் கனவு இளம்பிறையின் வரவால் நனவானது. இளம்பிறை தான் எதிர்நோக்கிய சவால்களைத் தோளில் சுமந்து கொண்டு நெருப்பாற்றில் நீந்தியபடி சஞ்சிகைகளின் சந்தையில் வலம் வந்தது. செழிப்பான நிலத்தில் ஊன்றப்பட்ட நல்ல ரக விதையின் வளர்ச்சியை ஒத்த மதாளிப்புடன் இளம்பிறை பிரகாசிக்கத் தொடங்கியது. எனினும் அதன் வளர்ச்சியைத் தாங்கிக் கொள்ள முடியாதவர்களின் கரங்களில் அரச ஆட்சியும் இலக்கிய அதிகாரமும் இருந்தன.

நான்கு இதழ்கள் மட்டுமே வெளிவந்த 'மரகதம்' மற்றும் குறைந்த அளவு எண்ணிக்கையான இதழ்களோடு நின்றுவிட்ட 'தேனருவி' ஆகிய சஞ்சிகைகள் 'புலமைத் திமிர் கொண்டவர்களின்' போதிய அவதானிப்பைப் பெற்றன. 'கலைச் செல்வி' யும் நல்லமுறையில் கண்டு கொள்ளப்பட்டது. ஆனால் இளம்பிறைக்கு மட்டும் இருட்டடிப்பு. ஏன்?

இதன் பின்னணியில் முற்போக்குக் கூட்டத்தினர் இருந்தனர் என்பதுதான் துன்பியலாகும்.

கொழும்பு ஸாஹிரா மகாநாட்டுக் 'குழப்படிகளுக்குப்' பின்னர் ரஹ்மான் எஸ்.பொவை ஆதரிக்கும் நிலைப்பாட்டில் இருந்தார். ரஹ்மான் பொன்னுத்துரையுடன் நெருக்கத்தில் இருந்தார் என்ற ஒரே காரணத்துக்காக ரஹ்மானின் படைப்பாற்றலும் இளம்பிறை யின் அதீத இலக்கியப் பங்களிப்பும் திட்டமிட்டு இருட்டடிப்புச் செய்யப்பட்டன.

வாசகர் கருத்துகள்

ஒரு சஞ்சிகையின் வாசகர்கள் எப்பொழுதும் நுண்ணிய கருத்துக்களை தெளிவுபடத் தெரிவிப்பார்கள். இக்கருத்துகள் சஞ்சி கையின் நகர்வினை 'எக்ஸ்ரே' எடுத்துக்காட்டும் பான்மையின.

இங்கு சோற்றுப் பதமாக இளம்பிறையில் வந்த கருத்துகள் சில எழுந்து வருகின்றன.

குறிப்பிட்ட பூவில் பிரசுரமாகும் வாசகர் கருத்துகள் அதற்கு முன்னைய பூக்களின் அடியொற்றி வந்தவை என்பதை இங்கே கவனத்திற் கொள்க.

1. மாலை 1 பூ 6 & 7 (1965)

'இளம்பிறையில் ஆழமான விடயங்கள் இடம் பெறுகின்றன. அதேசமயம் சுவையான துணுக்குகளும் இடம் பெறுகின்றன. சினிமாக்காரரின் ஆட்டங்களைப்பற்றி எழுதுவதுதான் Light Matter என்ற நிலையை இளம்பிறை மாற்றியமைத்து விட்டது. பழம்பெரும் பத்திரிகைகளே இளம்பிறையைக் கொப்பி பண்ணு கின்றன என்றால் உங்கள் சாதனையே சாதனை''.

- ஜே.வி.சந்தியாப் பிள்ளை, திருகோணமலை.

2. மாலை 1 பூ 10 & 11 (1965)

''அறிவு மேதைகளை நினைவுகூரும் மாசிகைகள் இலங்கையில் இருப்பதைக்கண்டு தமிழ்நாட்டுப் பத்திரிகை உலகம் வியக்கும் என்பதில் சந்தேகமேயில்லை''.

- எம்.ஏ.சலீம் காலி

3. மாலை 3 பூ 4 (1967)

"தமிழ்ப் பத்திரிகைகளெல்லாம் கட்சி சார்புடையனவாக இருக் கின்றன. ஈழத்துத் தமிழ்ப் பத்திரிகைகளுள் கட்சி சார்பின்றி சுதந்திரக் கருத்தோவியங்களைத் தீட்டும் இளம்பிறைக்கு என் வாழ்த்து.''

- அ.பெனடிக் நீர்கொழும்பு.

4. மாலை 6 பூ 2 (1969)

"இளம்பிறை மீலாத் மலரில் ஜாமிஉல் அழ்பர் பள்ளி வாசலின் வண்ணப் படம் மிக அழகாக அமைந்துள்ளது. முன்னர் மட்டக் களப்பு நகரத்தின் பள்ளிவாசலின் படத்தையும் அழகாக வெளியிட் டீர்கள். புனித பள்ளிவாசல்களின் படங்களை இவ்வளவு அழகிய முறையில் வெளியிடும் தமிழ்ச் சஞ்சிகை இளம்பிறை ஒன்றே எனத் துணிந்து கூறுவேன். வாழ்க இளம்பிறை. வளர்க அதன் இஸ்லாமியப் பணி''

- எஸ். அப்துல் காதர், யாழ்ப்பாணம்.

வரலாற்றில் வாழும் இளம்பிறை

மேலுள்ள தகவல்கள் அனைத்தையும் கோர்வையாக்கி தொகுத்து நோக்கும் ஒருவரால் இளம்பிறையின் மேலான இலக்கி யப் பணியினைத் தெளிவாக இனங்கண்டு கொள்ள முடியும்.

ஆயிரத்துத் தொள்ளாயிரத்து அறுபதுகளில் முளைத்தெழுந்த இலங்கையின் தமிழ் இலக்கிய வரலாற்றில் இளம்பிறை வாழும் என்பதில் சந்தேகமே இல்லை. இளம்பிறையைத் தவிர்த்து எந்த இலக்கிய வரலாறும் எழுதப்பட முடியாது என்பது உள்ளங்கை நெல்லிக்கனி ஆகும்.

அத்தியாயம் 12

படைப்பு எத்தனத்தில்....

இலங்கையில் ஆயிரத்துத் தொள்ளாயிரத்து அறுபது எழுபதுகள் ஆக்க இலக்கியம் செழித்து வளர்ந்த காலம். அதற்கும் அப்பால் அச்சகம், நூல் வெளியீடு, இலக்கியம், மாசிகை என்று பல வெளிக ளிலும் தமிழ் தன்னை வெளிச்சம் போட்டுக் காட்டிக் கொண்டது.

தமிழ் இலக்கியத்தின் மேற்படி செழிப்புக்குப் பங்களிப்புச் செய்தவர்களில் ஒருவர்தான் இளம்பிறை எம்.ஏ.ரஹ்மான். இலக்கிய அதிகாரம் பெற்ற ஒரு சிலரின் 'ராங்கித்தனமான' இருட் டடிப்புகளையும் மீறியே அவரால் இயங்க வேண்டியிருந்தது.

அவரின் இலக்கியப் பயணம்பற்றிய உசாவுதலே இந்த அத்தியாயம் ஆகும்.

கட்டுரை, சிறுகதை, உருவகக் கதை, திறன்நோக்கு, பதிப்புரை இலக்கியம், உரைச்சித்திரம், வானொலி நாடகம் என அவரின் படைப்பு எத்தனத் துறைகள் பலவகையின. இலக்கிய அரசிய லையும் அரசியல் இலக்கியத்தையும் தனியாகவும் கலந்தும் கட்டு ரைகள் எழுதினார். இளம்பிறையில் நடுநிலை நின்று துணிச்ச லுடன் ஆசிரியத் தலையங்கங்களைத் தீட்டினார். தான் வெளியிட்ட பல நூல்களின் பதிப்புரைகளை நூலின் நுழைவாயிலாக அழகு படுத்தினார். தமிழில் முதலாவது உருவகக் கதைத் தொகுதியின் உரிமையாளன் அவரே. சிறுகதைத் தொகுதியும் தந்தவர். நூல்கள்

பற்றியதான திறன் நோக்குக் கருத்துகளை 'முதுகு சொறியாமல்' வெளிப்படுத்தியவர்.

இலக்கியச் செயற்பாடுகள் தொடர்பில் அவரின் கருத்து எழுத்தாகிக் கீழே வருகிறது.

"இலக்கியப் பணியினை ஊதியம் கறக்கும் உத்தியோகமாகவோ வருவாய் பெருக்கும் தொழிலாகவோ நான் வரித்துக் கொள்ளவில்லை. அச்சக உரிமையாளன் என்ற வகையில் நான் சம்பாதிக்கும் பொருளின் கணிசமான தொகையை - ஏனையோர் பல தடவைகள் யோசித்தும் செலவிடத் தயங்கும் தொகையை - இலக்கியப் பணிகளுக்காகச் செலவிடுகின்றேன் என்பதுதான் உண்மை. செலவு குறித்துச் சோர்வடையவில்லை. மாறாக சில வேளைகளில் மகிழ்ச்சிக் கசிவு உண்டு. ஈழத்து இலக்கிய உலகிற்கு வகைவகையான தமிழ் நூல்களை அறிமுகம் செய்வதிலே திருப்தி. அத்துடன் விரும்பி வரித்துள்ள கட்டித்த இலக்கியக் கொள்கைகளை என்னாற் பயில முடிகின்றது. இலக்கியக்காரனின் சிந்தனா சுதந்திரத்தைப் பெரிதும் மதிப்பவன் நான். அந்த மதிப்பினைப் பேண எத்தகைய தியாகமும் தகும் என்றும் நான் கருதுபவன்" [1]

விரும்பி வரித்துள்ள கட்டித்த இலக்கியக் கொள்கைகளைப் பயிலும்' எம்.ஏ.ரஹ்மான் அவர்கள் கால் பதித்த துறைகள் சிலவற்றை நுகரும் நுழைவாயில் இனி.

ஆசிரியத் தலையங்கம்

எம்.ஏ.ரஹ்மான் தனது ஆரம்பகாலக் கட்டுரைகள் சிலவற்றை இஸ்லாமிய இதழ்கள் சிலவற்றிலே தந்தார். பலவற்றை தனது இலக்கியச் சஞ்சிகையான இளம்பிறையிலேயே எழுதினார். கூர்மையான சிந்தனை வெளிப்பாடு தொனிக்கும் ஆசிரியத் தலையங்கம் அவரின் எழுத்து வாண்மையினையும் துணிகரமான பார்வையினையும் வெளிப்படுத்திற்று. மக்கள் நலன் சார்ந்து வாழைப்பழத்தில் ஊசி ஏற்றும் பாங்கில் அரசுக்கு ஆலோசனை வழங்கும் பணியினையும் ஆசிரியத் தலையங்கங்கள் சுமந்து வந்ததும் உண்டு.

திறன் நோக்கு

இலக்கிய ஆக்கங்கள் தொடர்பில் திறன் நோக்குக் கட்டுரைகள் எழுதினார். சொந்தப் பெயரோடு மாலிக் என்ற புனைபெயரையும் பயன்படுத்தினார். 'சீலைக்கு மேலால் சிரங்கு சொறியும்' பான்மையில் அவற்றை எழுதாமல் தராசுத் தட்டில் நிறுத்துப் பார்த்தார். மழையிருட்டிலும் கொப்பிழக்கப் பாயாத கருத்து நுட்பம் அவரின் திறன் நோக்குக் கட்டுரைகளில் இழையோடியது என்பதற்கு 'மாலிக்' என்ற புனைபெயரில் அவர் எழுதிய 'ஈழத்து முஸ்லிம் கவிஞர்கள்' என்ற கட்டுரை சோற்றுப் பதமாகும்[2] 'தமிழில் சிறுகதைகள்' என்ற பேரா.சாலை இளந்திரையனின் நூலுக்கான அவரின் திறன் நோக்குக் கட்டுரை இளம்பிறை இதழில் வெளிவந்து அன்றைய காலகட்டத்து இலக்கியப் போக்கு காரணமாக பலரது கவனத்தையும் ஈர்த்தது.[3]

தன்னுணர்வுக் கட்டுரைகள்

எகிப்தியத் தலைவர் கமால் அப்துல் நாசர் 28.09.1970 இல் திடீர் மரணம் எய்தியபோது இலங்கை அரசு இருநாள் துக்கம் அனுஷ்டித்ததுடன் 02.10.1970ஆம் திகதியை பொதுவிடுமுறை தினமாகவும் அறிவித்தது. நாசரின் மறைவு தொடர்பில் ரஹ்மான் 'அராபிய ஜோதி அணைந்தது' என்ற தலைப்பில் மரணமடைந்த சூழ்நிலையை துலாம்பரமாக விளக்கி இளம்பிறையில் துன்பியல் கட்டுரை எழுதினார்[4] மற்றும் பேராசிரியர் ஆ.சதாசிவம். இஸ்லாமிய தமிழ் இலக்கிய அறிஞர் வ.மி சம்சுதீன் ஆகியோர் பற்றியும் தன்னுணர்வுக் கட்டுரைகளை எழுதினார்.

அவரின் கட்டுரைகள் சுமந்து வரும் எழுத்துகள் தமிழில் மூழ்கி தலை உலர்த்தி அணிவகுத்து வரும். வாசித்தால் இன்பம் தரும்.

இளம்பிறையின் கன்னி இதழின் நுழைவாயிலில் ரஹ்மானின் கட்டுரை இப்படித்தான் முகை அவிழ்த்தது.

''இளம்பிறையின் குளிப்பில் மலர்ந்துள்ள முதற்பூவின் நறு மணத்தை நுகருமுன் சில வார்த்தைகள். ஈழத்துக் கலை இலக்கிய ஆக்கங்களுக்கு ஊக்கங்கொடுத்து தமிழ்ப் பாரம்பரியத்தின்

வளத்தையும் வண்ணத்தையும் தமிழ் உள்ளங்களிலே பரப்ப இளம் பிறை மாலை தொடுக்கப்படுகின்றது. அந்தத் தமிழ் மாலையிலே இடம்பெறும் இந்த முதற் பூவில்...[5]

இவ்வாறு மாதம்தோறும் அவர் பேசும் தேன் தமிழை வாச கர்கள் இளம்பிறையில் மாந்தி மகிழ்ந்தனர்.

அடிக்குறிப்பு

1. ரஹ்மான்.எம்.ஏ காந்தி போதனை பக் 5.
2. இளம்பிறை. கட்டுரை. ஜூன் 1969 மீலாத் மலர் பக் 129.
3. இளம்பிறை கட்டுரை டிசம்பர் 1966 2-3. பக் 5.
4. இளம்பிறை கட்டுரை ஒக்டோபர் நவம்பர் 1970 பக் 12.
5. இளம்பிறை கட்டுரை நவம்பர் 1964 பக் 4.

அத்தியாயம் 13

உருவகக் கதையில்....

உலக இலக்கியத்தில் உருவகக் கதைகளுக்குத் தனியான சிறப்பிடமுண்டு. அதனைப் பயிற்சிக்குக் கொண்டு வருவதற்கு கற்பனை ஆற்றலும் சிந்தனைக் கிளறலும் அவசியமாகும். அஃறினைப் பொருட்களைப் பேச வைக்கும் ஆற்றல் வகை என்று அதனைக் கருதுவோரும் உளர். தமிழில் குட்டிக்கதைகளை உருவகக் கதைகளாக மயங்கி மருளும் நிலை இன்றுவரை படர்ந்து கிடக்கிறது.

ஆரம்ப வகுப்புகளில் நாம் வாசித்து மகிழ்ந்த 'நரியும் திராட்சைப் பழமும்' போன்ற ஈசாப் கதைகளே உருவகக் கதையின் தோற்றுவாய் என்ற கற்பிதம் நம்மிடையே உள்ளது. ஆனால் அக்கதைகளில் முடிவு விரைவாகச் சொல்லப்பட்டதும் மற்றும் அதிலிருந்த நீதிப் போதனையும் அதற்கான முக்கியத்துவமும் கதையில் கலைத்து வத்திற்குக் கிடைக்கவில்லை போன்ற காரணங்கள் தொற்றி ஈசாப் கதைகள் உருவகக் கதைகளாக அங்கீகாரம் பெறத் தவறியது.

கலீல் ஜிப்ரான். ரவீந்திரநாத் தாகூர். சொலோக்கோவ் போன் றவர்கள் உருவகக் கதையில் சாதித்தவர்கள் எனலாம். கலீல் ஜிப்ரான் எழுதிய உருவகக் கதைகளில் தத்துவமும் கலைத்துவமும் ஒருசேரக் கிளை பரப்பின. தாகூர் புராதன பாத்திரங்களை நுட்ப மாகக் கையாண்டவர். ரஸ்யாவின் சொலோக்கோவ் எழுதிய

'சின்னமீன்' என்ற சமதர்மக் கதை சர்வதேசமெங்கும் உலா வந்தது. வி.ஸ.காண்டேகரும் உருவகக் கதைகளுக்காகப் பேசப்பட்டவர்.

தமிழ் இலக்கியப் பரப்பில் உருவகக் கதைகளைச் சிறப்பாக எழுதியவர்களில் இளம்பிறை எம்.ஏ.ரஹ்மான் முக்கியமானவர். இத்துறையில் அவரின் பிணைப்பைத் தரிசிக்கும் நோக்கில் இந்தப் பக்கம் எழுந்து வருகிறது.

இளம்பிறை ரஹ்மான் ஆக்க இலக்கியத் துறைக்குள் கால் பதித்த புதிதில் சிறுகதைகளை எழுதியதுண்டு. ஆனாலும் உருவகக் கதைகளின்மீதே அவருக்கு நாட்டம் மிகுந்தது.

சுருங்கச் சொல்லி விளக்கும் பான்மையைக் கடைப்பிடித்து வாழ்ந்த அவருக்கு உருவகக் கதைகளில் தெரிந்த சொற்களின் குறுக்கமும் பொருள் விரிவின் விசாலமும் அவரின் சொந்தக் குணவியல்புக்கு இசைந்து போனது. எஸ்.பொன்னுத்துரை போன்ற வர்களும் அத்துறையில் ஈடுபடுமாறே அவருக்கு ஆலோசனை வழங்கினர். எனவே உருவகத் கதைத்துறையில் வெற்றி சாதிக்கும் வாய்ப்பு ரஹ்மானுக்கு சித்தித்தது.

மரபு - தமிழில் முதலாவது தொகுதி

இலங்கையின் தமிழ்த் தேசிய நாளிதழான தினகரன் ஆர். சிவகுருநாதன் பிரதம ஆசிரியராக இருந்த காலத்தில் (1961) உருவகக் கதைப் போட்டியொன்றை நடத்தியது. எம்.ஏ.ரஹ்மான் அதிலே கலந்து கொண்டு முதல் பரிசு பெற்றார். உருவகக் கதைத்துறையில் முழுமையாக ஈடுபடத் தொடங்கினார். சொலோக்கோவின் 'சின்ன மீன்' கதையை 77 சொற்களில் தனது நடையில் எழுதினார். தீபம் சஞ்சிகை (இந்தியா) வெளியிட்ட ஈழத்து இலக்கிய மலரில் ரஹ்மானின் 'தத்துவம்' என்ற உருவகக்கதை பிரசுரமாகியமை அத்துறையில் அவரின் ஈடுபாட்டை வெளிச்சம் போட்டுக் காட்டி யது.

அரசு வெளியீடு அவரின் கதைகளைக் கோர்வையாக்கி மரபு என்ற உருவகக் கதைத் தொகுதியை வெளியிட்டது. அன்றிலிருந்து 'மரபு ரஹ்மான்' என்றே இலக்கிய உலகில் பலராலும் அவர்

அடையாளம் காணப்பட்டார். ஆனால், இளம்பிறை சஞ்சிகை தொடங்கியதும் இளம்பிறை ரஹ்மான் என ஆகிவிட்டார்.

மரபு தொகுதிபற்றி பலரும் சிலாகித்துப் பேசியுள்ளனர். அவர்களில் சாலை இளந்திரையன், மலேசிய பேரா.இர.ந. வீரப்பன் ஆகியோர் முக்கியமானவர்கள். புதுடில்லி பல்கலைக்கழக தமிழ்த் துறைப் பேராசிரியரான சாலை இளந்திரையன் பின்வருமாறு பதிவிட்டுள்ளார்.

''பல காலமாகவே பத்திரிகைகளில் அவ்வப்போது சில உருவகக் கதை முயற்சிகள் நடைபெற்று வந்தாலும் அதில் முழு வெற்றி பெற்றவர்களாக யாரையும் குறிப்பிட இயலவில்லை. இந்தத் துறையிலே தாய்த் தமிழகத்தை ஈழத் தமிழகம் மிஞ்சி விட்டதென்றே கூற வேண்டும். எம்.ஏ.ரஹ்மானின் பதினைந்து உருவகக் கதைகளைக் கொண்ட மரபு என்னும் தொகுதி 1964 இல் வெளிவந்துள்ளது. தமிழில் வந்த உருவகக் கதைத் தொகுதிகளிலே இதுவே முதலாவது என்று தெரிகின்றது''[1]

மலேசியாவிலிருந்து வந்த 'பொன்னி' இதழில் பேரா.வீரப்பன் எழுதிய உருவகக் கதை தொடர்பான ஆய்வுக் கட்டுரையில் மரபுபற்றி பல தடவைகள் குறிப்பிட்டு எழுதியுள்ளார்.[2]

தீபன் - வெளிவராத இரண்டாவது தொகுதி

இந்தத் தலைப்பில் கொஞ்சம் பேச வேண்டியிருக்கிறது.

மரபு உருவகக் கதைத்தொகுதி வெளிவந்ததும் எழுத்தாளர் களிடையே பெருமளவில் உருவகக் கதைகள் எழுத வேண்டுமென்ற முனைப்பு துளிர்த்ததை பலரும் அவதானித்தனர். யாராவது ஒருவர் இரண்டாவது உருவகக் கதைத் தொகுதியுடன் வருவார் என்று ரஹ்மானும் எதிர்பார்த்தார். இதுபற்றி இளம்பிறையின் 1969 மே இதழில் 'உருவகக் கதைகளும் நானும்' என்ற கட்டுரையில் குறிப்பிட்டுமுள்ளார்.

உருவகக் கதைத் துறைக்கு தமிழ் இலக்கியப் பரப்பில் பரவலான அங்கீகாரம் கிடைக்க வேண்டுமென்று எதிர்பார்த்த ரஹ்மானுக்கு எவரும் தொகுதி கொண்டுவரவில்லை என்பது ஏமாற்றமாக முடிந்தது.

மரபு வெளிவந்து ஐந்து வருடங்களின் பின்னர் அதிலுள்ள கதைகளை புதிதாக மீண்டும் ஒரு தடவை வாசித்தார். தொகுதியில் உள்ள கதைகளும் கதைக்கான சித்திரங்களும் ஒவ்வொரு கதையும் மற்றொரு கதைக்கு இட்டுச் செல்வதை உணர்ந்தார். 'சோதனை முயற்சிகளே சுகம்' என்று நினைப்பவர்தானே ரஹ்மான். உணர்வு களை கதைகளாக்கி 'தீபன்' என்ற பெயரில் இரண்டாவது தொகு தியை உருவாக்கினார்.

வெளியீடு செய்வதற்கான அனைத்துப் பணிகளும் நிறைவுற்றன. '"தீபன்' பதினாறு மணியான கதைகள் - சித்திரங்களுடன் கூடிய பதிப்பு'' என்று விளம்பரமும் வந்தது. இரண்டு ரூபா ஐம்பது சதம் என விலையும் குறிக்கப்பட்டது. ரஹ்மானின் உருவகக்கதை முன்னோடிகளான சு.வே (சு.வேலுப்பிள்ளை. யாழ்ப்பாணம்) மற்றும் எஸ்.பொன்னுத்துரை ஆகியோரிடமிருந்து மரபு பற்றிய குறிப்பும் இணைக்கப்பட இருந்தது.

ஆனால் தீபன் தொகுதி வெளிவரவில்லை. ஏன்? இறை நியதி யோ?

காலங்களின் கரங்களில் நமது செயற்பாடுகள் விலங்கிடப் பட்டுள்ளன என்பதை உணர்த்தும் தத்துவம்.

தீபன் கதைகள் பற்றியும் கொஞ்சம் விளக்கம் இருக்கிறது.

மரபு கதைகளின் தலைப்பே தீபன் கதைகளின் தலைப்பும் ஆகும். எடுத்துக் காட்டாக ஆதாரம், உழைப்பு, தாய்மை, என மரபு கதைகளின் தலைப்பு அமைந்திருந்த நிலையில் ஆதாரம் - II. உழைப்பு - II, . தாய்மை - II என்றவாறு தீபன் கதைகளின் தலைப் புகள் அமைந்தன. மரபு தொகுதியின் இரண்டாம் பகுதியாக தலைப்புகளும் கதைகளும் சோடியாக இணைந்து தீபன் அமைந்தது. வித்தியாசமான அமைப்பும் கதைகளின் தரிசனமும்.

தீபன் தொகுதியாக வெளிவரவில்லை. அது என்னவோ உண்மைதான். ஆனால் இருபத்தைந்து வருடங்களின் பின்னர் தீபனின் பதினைந்து கதைகள் மரபு கதைகளோடு இணைந்து வேறொரு வடிவில் மரபு இரண்டாம் பதிப்பாக வெளிவந்தது.

மரபு - இரண்டாம் பதிப்பு

மரபு என்ற நூலிலிருந்து பதினைந்து கதைகளும் தீபன் கதைகள் பதினைந்துமாக முப்பது கதைகளுடன் மரபு இரண்டாம் பதிப்பு 1996 இல் மித்ர வெளியீடாக (சென்னை) வெளிவந்தது. பேரா. இர.ந.வீரப்பனின் அனுசரணையோடு மலேசியாவின் தலைநகர் கோலாலம்பூரிலும் வேறு பல இடங்களிலும் வெளியீடுகள் சிறப்பாக இடம் பெற்றன.

மரபு தொகுதியின் மூன்றாம் பதிப்பு இளம்பிறை வெளியீடாக ஜனவரி 2013 இல் பிரசுரமானது. இளமைப் பருவத்திலே காந்தி போதனை, இஸ்லாமிய வரலாற்றுக்கதைகள், சிறு கை நீட்டி ஆகிய நான்கு நூல்களுடன் மரபும் சேர்ந்து ஐந்து நூல்கள் ஐக்கிய அரபு இராச்சியத்தின் தலைநகரான அபுதாபியில் ஒரு சேர விழா கண்டது.

உருவகக் கதைத்துறையில் மரபு நிகழ்த்திய சாதனைகள் பல. அதனால் மரபுபற்றி கொஞ்சம் கூடுதலாகப் பேசவேண்டி வந்தது.

எம்.ஏ.ரஹ்மானின் உருவகக் கதைத்துறைப் பங்களிப்பைப் புறந்தள்ளி எவரும் உருவகக் கதைபற்றிப் பேசுதல் இயலாத காரியமாகும்.

அடிக்குறிப்பு

1. பேரா. இளந்திரையன். சாலை தமிழில் சிறுகதைகள் (1965)
2. பேரா. வீரப்பன். இர.ந. கட்டுரை பொன்னி புனல் - 3. மடை-5 மலேசியா.

அத்தியாயம் 14

சிறுகதைப் பரப்பில்....

"நல்லதொரு சிறுகதையாளனாக ரஹ்மான் விளங்குகின்றார் குறைவாகப் படைத்திருந்தாலும்கூட" என்ற வசனத்தை ஈழத்துச் சிறுகதை வரலாறு நூலிலே காணக் கிடைத்தது.[1]

அப்பொழுதுதான் இளம்பிறை ரஹ்மானின் சிறுகதை தொடர்பான பங்களிப்பினை அறிய வேண்டுமென்ற கிளர்ச்சி எனக்குள் வேர் கொண்டது.

ரஹ்மானின் சிறுகதைகள் பற்றியதே இந்த அத்தியாயம்.

இலக்கியத்தின் முக்கிய வடிவங்களில் ஒன்றாக சிறுகதைகள் கருதப்படுகின்றன. நம்மிடையே வாழ்ந்த சில படைப்பாளிகள் அதனைச் சிறப்பாகக் கையாண்டனர். அதன் நீட்சிதான் இலங்கையின் சிறுகதை முன்னோடிகளாக இலங்கையர்கோன், வைத்திலிங்கம், சம்பந்தன் என்ற வாய்பாடு இன்றுவரை நம்மிடையே பயிற்சியில் உள்ளது.

எம்.ஏ.ரஹ்மான் பயின்ற இலக்கியத் துறைகளில் சிறுகதையும் அடங்கும். அவர் ஐம்பதுகளின் பின் பாதியில் சிறுகதைகள் எழுதத் தொடங்கினார் என்று அறிய முடிகின்றது.

எம்.ஏ.ரஹ்மானின் வாக்குமூலம் இது.

"எஸ்.பொவின் தொடர்பும் நட்பும் கிடைப்பதற்கு முன்னரே

நான் சிறுகதைகள் எழுதத் துவங்கினேன். அவற்றிலே சில (வீரகேசரி போன்ற பத்திரிகைகளில்) பிரசுரமுமாயின. அரசு வெளியீடு பணிகளிலும் இளம்பிறை ஆசிரியப் பணிகளிலும் இவற்றை வெளியிட மூலதனமாக இயங்கிய ரெயின்போ அச்சக நிர்வாகத்திலும் முழுமையாக ஈடுபட்டமையினால் ஆக்க இலக்கியத் துறையிலே ஈடுபடுவதற்கு அரிதாகவே நேரம் ஒதுக்கிடத் தோது வாய்த்தது''.[2]

இப்பொழுது 'தமிழில் சிறுகதைகள்' என்ற நூல்பற்றிப் பேச வேண்டிய தேவை எழுந்து நிற்கிறது.

இந்நூலை புதுடில்லி பல்கலைக்கழகத்தில் தமிழ்த்துறையில் பணிபுரிந்த பேரா.சாலை இளந்திரையன் எழுதியுள்ளார்.

1965 இல் பதினைந்து அத்தியாயங்களுடன் வெளிவந்தது.

''சிறுகதைகளைப்பற்றிய விமர்சனமாகவும் தமிழ் சிறுகதைகளை அடிப்படையாகக் கொண்டதாகவும் தமிழில் வருகின்ற முதல் ஆராய்ச்சி நூல்'' என்று ஆசிரியர் இந்நூல்பற்றி முன்னுரையில் குறிப்பிட்டுள்ளார்.

இந்நூலில் 1955 - 1965 என்னும் அத்தியாயத்தில் புதிய முகங்கள் என்னும் சிறு தலைப்பின் கீழ் உள்ள பதிவு இது.

''இக்கட்டுரையின் தொடக்கத்தில் குறிக்கப்பட்ட அன்பர்கள் இந்தப் பத்து ஆண்டுக் காலத்தில் முன்னணிக்கு வந்தவர்கள். இவர்களோடு ஈழத் தமிழகத்திலிருந்து எஸ்.பொன்னுத்துரை, வ.அ.இராசரத்தினம், டொமினிக் ஜீவா, செ.கணேசலிங்கன் ஆகியோரும் உருவகக் கதை ஆசிரியர் எம்.ஏ.ரஹ்மானும் இக்காலகட்டத்தில் சிறுகதைத் துறையில் சிறப்புப் பெற்றுள்ளார்கள்.''[3]

மேலுள்ள குறிப்பு 1955-1965 காலகட்டத்தில் முக்கிய சிறுகதை எழுத்தாளர்களின் பட்டியலில் எம்.ஏ.ரஹ்மானும் இருந்துள்ளார் என்பதுடன் புதுமுகமாக அடையாளம் காணப்பட்டுள்ளார் என்பதையும் எண்பிக்கின்றது.

‘பூ’ சிறுகதை மான்மியம்

ரஹ்மானின் சிறுகதைகளில் ‘பூ’ முன்னாசனத்தில் அமர்ந்த கதை. அவரின் சிறுகதைகள் பற்றிப் பேசும் எவரும் ‘பூ’ வைத் தொடாமல் செல்வதில்லை. இலங்கையர்கோனின் ‘பாதசரம்’ வ.அ.இ வின் ‘தோணி’ எஸ்.பொவின் ‘தேர்’ டொமினிக் ஜீவாவின் ‘தண்ணீரும் கண்ணீரும்’ போன்ற கதைகள் கதாசிரியனின் பெயரோடு அப்பியிருப்பதைப்போல ‘பூ’ ரஹ்மானோடு ஒட்டியிருக்கின்றது. அந்தக் கதைக்கு யாழ்ப்பாண மண்ணிலே மகுடம் சூட்டப்பட்டது.

மட்டக்களப்பிலே 1963 ஆகஸ்ட் மாதம் மிகவும் கோலாகலமாக தமிழ் விழாவொன்று நடைபெற்றது. அதையொட்டி நாடளாவியரீதியில் சிறுகதைப் போட்டி ஒழுங்கு செய்யப்பட்டிருந்தது. வீரகேசரி, தினகரன், சுதந்திரன், கலைச்செல்வி, ஈழநாடு போன்றவற்றில் விளம்பரங்கள் வந்தன. மூன்றுமாத கால அவகாசத்தில் கதைகள் பெற்றுக் கொள்ளப்பட்டன. அறுநூற்று எண்பத்தேழு கதைகள் போட்டியில் இருந்தன. சிரேஷ்ட எழுத்தாளர்களான தி.ச.வரதராசன், கலைச் செல்வி ஆசிரியர் சிற்பி, தேவன் யாழ்ப்பாணம் ஆகிய மூவரும் நடுவர்களாகப் பணி செய்தனர்.

போட்டியில் ‘பூ’ முதலிடம் பெற்றது. செம்பியன் செல்வன் ‘உணர்ச்சிக்கு அப்பால்’ என்ற கதைக்கு மூன்றாம் பரிசு பெற்றார். இரண்டாம் பரிசுக்குத் தெரிவான கதை தொடர்பிலான சிக்கலால் அது வழங்கப்படவில்லை.இவை தவிர ஏழு கதைகள் பாராட்டுச் சான்றிதழ்களைப் பெற்றுக் கொண்டன.

அந்தக் காலகட்டத்தில் சிறுகதைப் போட்டியொன்றிலே ஆகக் கூடுதலான தொகையைப் பரிசாகப் பெற்று மகிழ்ந்தது பூ.

இலங்கை தமிழ் எழுத்தாளர் சங்கத்தின் சார்பாக சு.வே என்பவரை ஆசிரியராகக் கொண்டு ‘இலங்கை எழுத்தாளன்’ என்ற சஞ்சிகை வெளிவந்துள்ளது. அச்சஞ்சிகையில் பரிசு பெற்ற ஒன்பது கதைகளும் பிரசுரமாகியிருந்தன.

பூ சிறுகதை பரிசு பெற்று ஒருவருட கால இடைவெளியில் இளம்பிறை சஞ்சிகை தொடங்கியதன் காரணமாக இளம்பிறைக்கு வெளியே அச்சு ஊடகங்களில் தனது இலக்கிய ஆக்கங்கள் பகிர்வதை ரஹ்மான் தவிர்ந்து கொண்டார்.

சிறுகதைத் தொகுதி - சிறுகை நீட்டி

ரஹ்மான் தனது ஆக்க முயற்சிகளில் இஸ்லாமிய வரலாற்றுச் சம்பவங்களை அடிப்படையாக வைத்து சிறுகதையின் சாயலில் கதைகளும் எழுதினார்.

நபிகள் வாழ்வில் நடந்த சம்பவங்களை வைத்து 'நபி கதை' என்ற தலைப்பில் உறுதி என்ற கதையையும் இஸ்லாமிய ஆட்சியின் முதலிரண்டு கலீபாக்களான அபூபக்கர் (ரலி), உமர் (ரலி) ஆகியோரின் வாழ்வில் நிகழ்ந்த சம்பவங்களை மையப்படுத்தி நபி தோழர் கதையாக முறையே எளிமை, நேர்மை ஆகிய இரண்டு கதைகளையும் இளம்பிறையில் எழுதினார்.

இளம்பிறை ரஹ்மானின் சிறுகதை இலக்கியக் கனதியை அவரின் 'சிறுகை நீட்டி' என்ற தொகுதியை வாசித்து தெளிந்து கொள்ளலாம். அத்தொகுதி பூ, யானை, தானம், உண்மையின் உறுதி, ஈமான், சிறுகைநீட்டி ஆகிய ஆறு கதைகளை உள்ளடக்கி 128 பக்கங்களோடு கனிந்து நூலாக வாசகர்களுக்குக் கிடைத்தது. வ.அ.இராசரத்தினம் சிறப்பானதொரு முன்னுரை வழங்கியுள்ளார்.

இதன் முதல்பதிப்பு 1998 இல் சென்னையில் மித்ர வெளியீடாக வெளியானது. அடுத்த வருடம் ஜெர்மனியில் வெளியீட்டு விழாவும் டென்மார்க், இங்கிலாந்து, பிரான்ஸ் ஆகிய நர்டுகளில் அறிமுக விழாக்களும் இடம் பெற்றன. மீண்டும் இளம்பிறை வெளியீட்டின் முப்பதாவது பிரசுரமாக 2013 ஜனவரியில் சிறுகை நீட்டி பதிப்பு செய்யப்பட்டு அபூதாபியில் வெளியீடு செய் யப்பட்டது.

- காந்தியக் கதைகள்

காந்தி நூற்றாண்டு விழா 1969 இல் இலங்கையில் கொண்டாடப்பட்டபோது அரசு வெளியீடு பிரசுரித்த ஐந்து நூல்களில் காந்தியக் கதை என்பதும் அடங்கும்.

இலங்கையின் சிறந்த சிறுகதையாளர்கள் பதின்மர் காந்தியத்தை அச்சாணியாக வைத்து எழுதிய கதைகளின் தொகுதி அது. எம்.ஏ.ரஹ்மானின் 'உண்மையில் உறுதி' என்ற கதையும் அதில் அடக்கம். சத்தியாக்கிரகப் போராட்டங்களின் மெய்ப்பொருளுக்கு விளக்கம் தரும் வகையில் அக்கதை எழுதப்பட்டுள்ளது. எம்.ஏ.ரஹ்மானின் எழுத்து மேன்மையை சுவையோடு தரிசிக்கும் வாய்ப்பை இந்தக் கதை நமக்குத் தருகிறது.

இளம்பிறையின் பணி

1950 - 60 காலகட்டத்து ஈழத்துச் சிறுகதை வரலாற்றின் உந்துசக்தியாக விளங்கிய சஞ்சிகைகளென கலைச்செல்வி, மரகதம், இளம்பிறை என்பவற்றைக் குறிப்பிட்ட செங்கை ஆழியான் இளம்பிறை முதலான சஞ்சிகைகள் ஈழத்துச் சிறுகதை இலக்கிய வளர்ச்சியை 1961 - 83 காலகட்டத்தில் முன்னெடுத்துச் சென்றன என்றும் தெரிவித்துள்ளார்.[4]

இளம்பிறையின் பணிக்கு மேலதிகமாக குறிப்பிட வேண்டிய இன்னுமொரு விடயமும் உண்டு.

எஸ்.டி.சிவநாயகத்தை ஆசிரியராகக் கொண்டு வெளிவந்த 'தினபதி' என்ற தேசிய நாளிதழில் 'தினம் ஒரு சிறுகதை' என்ற ஒரு திட்டம் அறுபதுகளின் பின்னரைப் பகுதியில் நடைமுறைக்கு வந்தது. வளரும் சிறுகதையாளர்கள் தங்களின் கதைகளை சிரேஷ்ட எழுத்தாளர்களின் சிபார்சுகளோடு அனுப்பி வைக்குமாறு கேட்டிருந்ததுடன் எம்.ஏ.ரஹ்மானின் பெயர் உட்பட அவ்வாறான சிரேஷ்ட எழுத்தாளர்களின் பெயர்ப்பட்டியலும் அத்திட்டத்தில் இணைக்கப் பட்டிருந்தது.

குறிப்பிட்ட மாதத்தில் தினம் தோறும் தினபதியில் வெளியான கதைகளைத் தொகுத்து (மாதத்தில் இருபத்து நான்கு கதைகள்)

ஒன்று, இரண்டு, மூன்று, நான்கு என்ற ஒழுங்கில் கதைகளின் கனதிகொண்டு தரப்படுத்தி திறன் நோக்குக் கட்டுரைகளை எழுதும் பொறுப்பு ரஹ்மானுக்கு வழங்கப்பட்டிருந்தது. அதற்கென பத்திரிகையில் 'கதை வளம்' என்ற தனிப்பகுதியும் ஆரம்பிக்கப்பட்டிருந்தது. கதை வளம் சில நாட்களில் தனிச் சஞ்சிகையாக அச்சுருவில் திறன் நோக்குச் சஞ்சிகையாக வெளிவந்ததாக ஒரு தகவல் உண்டு.

ரஹ்மானின் சிறுகதைவெளி பரந்தது. விரிவானது. எத்தனை கதைகள் என்பதிலும் எப்படியான கதைகள் என்பதே இலக்கியத்தின் மேன்மையில் திணிவானது என்பதனை எண்பிப்பவரே எம்.ஏ.ரஹ்மான்.

ஈழத்துச் சிறுகதை வரலாறு என்ற நூலை எழுதிய செங்கை ஆழியான் குறிப்பிட்டுச் சொன்ன இந்த அத்தியாயத்தின் முதல் வசனத்தையே மீண்டும் சொல்ல வேண்டியிருக்கிறது.

''நல்லதொரு சிறுகதையாளனாக ரஹ்மான் விளங்குகின்றார் குறைவாகப் படைத்திருந்தாலும்கூட''

அடிக்குறிப்பு

1. க.குணராசா (செங்கை ஆழியான்) ஈழத்துச் சிறுகதை வரலாறு பக் 194.
2. இளம்பிறை ரஹ்மான்.எம்.ஏ. சிறுகை நீட்டி பக் 4.
3. ரஹ்மான்.எம்.ஏ. கட்டுரை இளம்பிறை 'தமிழில் சிறுகதை' (1965) டிசம்பர் 1966 பக் 6.
4. க.குணராசா (செங்கை ஆழியான்) ஈழத்துச் சிறுகதை வரலாறு பக் 161.

அத்தியாயம் 15

சிறுவர் இலக்கிய ஈடுபாட்டில்....

மேலைத்தேய இலக்கியங்கள் சிறுவர் இலக்கியத்துக்குக் கொடுக்கும் முக்கியத்துவம் தமிழ் மொழியில் வழங்கப்படு வதில்லை. ஆங்கில மொழியில் சிறுவர்களுக்காகத் தயாரிக் கப்படும் நூல்கள் நூலாசிரியரின் தனி முயற்சி அன்று. எழுத்தா ளர்கள், கல்வியாளர்கள், ஓவியர்கள், அச்சகத்தார் என்று கூட்டு முயற்சியாகவே அந்த நூல்கள் வெளிவருகின்றன. சிங்கள மொழி யில்கூட சிறப்பான வகையில் சிறுவர் இலக்கிய நூல்கள் வெளி வருகின்றன. தரமான ஓவியங்களை சிங்களமொழியிலான சிறுவர் நூல்களில் காணக் கிடைக்கும். தமிழில் ஏன் இந்த அவல நிலை என்று சிந்தித்தவர்களில் இளம்பிறை ரஹ்மானும் ஒருவர்.

ஆக்க இலக்கியத்துறைகளில் ஈடுபட்ட இளம்பிறை எம்.ஏ. ரஹ்மான் சிறுவர் இலக்கியத்தின் வளர்ச்சியில் இயல்பாகவே ஈடுபாடு கொண்டவர். அது தொடர்பில் வலிந்து கற்பிக்கப்படும் பாதக அணுகுமுறைகளுக்கு எதிராக இற்றைக்குச் சுமார் ஐம்பத் தைந்து வருடங்களுக்கு முன்னரே தனது மனவெளியில் அப்பி யிருந்த கருத்தை எழுத்திலே சேர்த்தவர். அவர் வெளியிட்ட முதலாவது நூலே சிறுவர் இலக்கியம்தான். 'இளமைப் பருவத்திலே' என்ற அந்த நூல் 1962இல் வெளியானது.

"என்னுடன் இலக்கிய ஊழியத்தில் இணைவதற்கு முன்னர்

ரஹ்மான் சிறுவர் இலக்கியத்தில் ஈடுபாடுடையவராக வாழ்ந்தார்" என்று எஸ்.பொன்னுத்துரையும் ரஹ்மானின் சிறுவர் இலக்கிய ஈடுபாட்டுக்கு சாட்சியம் தருகிறார்.[1]

அவரின் சிறுவர் இலக்கிய ஈடுபாடுகள் எத்தகையன?

"இலக்கியப் பணியாக நான் வரித்துக் கொண்டவற்றுள் சிறுவர் இலக்கிய வளர்ச்சிக்கும் வளத்திற்கும் என் சக்தியின் உச்ச ஆற்றலுக்கு ஏற்ப உழைத்தல் வேண்டும் என்பதும் ஒன்றாகும். சிறுவரை மிகவும் நேசிக்கிறேன்"[2] என்ற ரஹ்மானின் கூற்று அவரை சிறுவர் இலக்கியத்தோடு தொடர்பு படுத்திப் பார்ப்பதற்கு எமக்கு வசதி தருகிறது.

சிறுவர்களின் வாசிப்புக்காக இளமைப் பருவத்திலே (1962), காந்தி போதனை(1969) மற்றும் இஸ்லாமிய வரலாற்றுக் கதைகள் (1972) ஆகிய மூன்று நூல்களைத் தந்தவர்.

தனது இளம்பிறை சஞ்சிகையில் அத்துறைக்கு முக்கிய இடம் வழங்கியவர். சிறுவர் இலக்கியத்தை மனங்கொண்டு 'அவாந்தி கதைகள்' இளம்பிறையில் பெரிய எழுத்தில் வெளியிடப்பட்டன.

சிறுவர் இலக்கியக் கொள்கை

'காந்தி போதனை' என்ற நூலை 2013 இல் மீள்பிரசுரம் செய்து வெளியீடு செய்தபோது அதன் பதிப்புரையில் சிறுவர் இலக்கியம் தொற்றிய தனது கருத்துக்களை ரஹ்மான் தெளிவாகப் பதிவு செய் துள்ளார்.

"குழந்தை இலக்கியம் என்ற சொற்றொடர் தவறான சொற் பிரயோகம் என்றும் சிறுவர் இலக்கியம் என்ற சொற்றொடரை வழங்குதலே முறைமையென்றும் நான் கடந்த எட்டு ஆண்டுகளாக (1961 இலிருந்து) பிரசாரம் செய்து வந்துள்ளேன். இப்பொழுது சிறுவர் இலக்கியம் என்கிற பயிற்சி நிலைத்து விட்டது" என்று காந்தி போதனை(1969)நூலின் நுழைவாயிலில் 44 ஆண்டுகளுக்கு முன் எழுதினேன்."[3]

"சென்ற இரு ஆண்டுகளுக்கு முன் இலங்கை கொழும்பில் சர்வதேச தமிழ் எழுத்தாளர் மகாநாடு (06.01.2011) நடைபெற்றது.

அதிலே சிறுவர் இலக்கியம் என்ற தலைப்பில் ஆய்வரங்குகள் நடைபெற்றன என்பது குறிப்பிடத்தக்கது. ஆனால் தமிழ்நாட்டில் இன்றும் குழந்தை எழுத்தாளர், குழந்தை இலக்கியம், குழந்தைத் தொழிலாளர் என்ற தவறான சொற்றொடர்களைப் பயன்படுத்துதல் ஏனோ தமிழ்நாட்டு தமிழ் அறிஞர்களின் சிந்தையை ஈர்க்க வில்லை."[4]

சிறுவர் இலக்கியம் தொடர்பான அவரின் நிலைப்பாடு பல வருடங்களின் பின் நடைமுறைக்கு வந்ததும் இன்றுவரை பயன் பாட்டில் இருப்பதும் அவரின் பரந்த பார்வையை நமக்குத் தெளிவு படுத்துகின்றது.

சிறுவர்களின் வயதெல்லை தொடர்பில் அவருக்குப் பூரண தெளிவிருந்தது. "சிறுவரின் வயதெல்லைகளைப் பற்றிய சேதனை யின்றிச் சிறுவர் இலக்கியம் படைத்தல் சாலாது" என்று சொன்னார்.

இளமைப் பருவத்திலே

'இளமைப் பருவத்திலே' என்ற நூலில் பதினான்கு பெரியார்களின் வாழ்வில் நிகழ்ந்த சுவையான நிகழ்வுகளை சிறுவர் இலக்கியமாகத் தருகிறார். மேற்படி நூல் இலங்கை அரசின் பாடநூற் பிரசுர ஆலோ சனைச் சபையால் நூல்நிலையத்திற்கான நூலென சான்றிதழ் பெற்ற சிறுவர் இலக்கிய நூல் என்பது குறிப்பிடத்தக்கது.

இந்நூல் பல்வேறு விசேட அம்சங்களைக் கொண்டிருப்பது நூலுக்குக் கனதி சேர்க்கின்றது. பெரிய மனிதர்களை ஓவிய மாக்கியமை, பெரிய எழுத்திலே நூல் அச்சாகியமை போன்றன அவற்றுட் சில.

ஒவ்வொரு அத்தியாயத்தின் ஆரம்பத்திலும் வெண்பாக்கள் இணைக்கப்பட்டுள்ளன. "நல்வழி வெண்பாக்களை மனனம் செய்து பழகியவை சிறுவர் உள்ளங்கள். ஆகையினால் நான் எந்தப் பெரியார்களைப் பற்றி எழுதியிருக்கின்றேனோ அவர்களை நினைவில் வைக்க வெண்பாக்களைச் சேர்த்துள்ளேன். புலவர்மணி பெரியதம்பிப் பிள்ளையின் ஆசியினால் இது சாத்தியமாயிற்று."

கலாபூஷணம் ஏ.பீர் முகம்மது

என்று வெண்பா இணைத்தலுக்கான காரணத்தை முன்வைத் துள்ளார்.

நூலின் இரண்டாம் பதிப்பு 2001இல் சென்னை மித்ர வெளி யீடாக வந்தது. இப்புதிய பதிப்பில் தமிழ்நாட்டுச் சிறுவர்களின் சொல்வளத்தினை மனதிற் கொண்டு திருத்தங்களைப் பெய்து புதுக்கி எழுதியுள்ளார்.

பிரிட்டிஷ் பிரதம மந்திரியாகவிருந்த சேர்.வின்ஸ்டன் சேர்ச்சில் (1963) பற்றியும் ஒரு அத்தியாயம் இந்த நூலிலே இருந்தது. எனவே இந்நூலின் முதல்பதிப்புப் பிரதியொன்றும் அத்தியாயத்தின் ஆங்கில மொழிபெயர்ப்பும் சேர்ச்சிலுக்கு அனுப்பப்பட்டமை பற்றிய தகவலொன்று இரண்டாம் பதிப்பில் இணைக்கப்பட் டுள்ளது.

இந்நூலின் முதற்பதிப்பு வெளியாகி முதல் ஆறுமாத காலங் களுக்குள் அனைத்துப் பிரதிகளும் விற்பனையாகின என்பது இந் நூலின் பெருமையை நிறுவுகின்றது.

காந்தி போதனை

இலங்கையில் காந்திநூற்றாண்டுவிழாகொண்டாடப்பட்டபோது அதனை முன்னிட்டு அரசு வெளியீடு ஐந்து நூல்களை ஒருசேர வெளியிட்டு மகிழ்ந்ததுபற்றி ஏற்கனவே பேசியுள்ளோம்.

இவற்றில் காந்தி போதனை என்பது சிறுவர் நூலாகும். இதன் ஆசிரியர் எம்.ஏ.ரஹ்மான் ஆவார். சிறுவர் இலக்கியத்துக்கான அவரின் இரண்டாவது நூல் இது. இதன் முதல்பதிப்பு 25வது அரசு வெளியீடாக கொழும்பில் 1969 இல் வெளியானது. இரண்டாம் பதிப்பு 2013 இல் இளம்பிறை வெளியீட்டின் 27வது நூலாக சென்னையில் வெளிவந்தது.

"காந்தி நூல்கள் ஐந்தினை ஒரு சேர வெளியிடுதல் என்ற எண்ணம் செயலாக்கத் திட்டமிட்டபொழுது அவற்றுள் ஒன்று சிறுவர்க்கான இலக்கிய நூலாக அமைதல் வேண்டுமெனத் தீர்மானித்தேன். சிறுவர்க்கான இலக்கியங்களைப் படைப்பதில் அன்றுமுதல் என்னுள் கனிந்து வந்துள்ள ஆர்வம் காரணமாக இந்த

நூலை நானே எழுதி வெளியிடுதல் வேண்டுமென்ற ஆசை என் மனத்தில் இயல்பாகவே வேர் கொண்டது.'' என்று இந்த நூல் எழுந்த வரலாற்றைச் சொல்கிறார் ரஹ்மான்.[5]

காந்தி போதனை நான்கு பகுதிகளாக நூலில் பிரிந்து வந்துள்ளன. ஆக்கல், நோக்கல், ஊக்கல், தேக்கல் ஆகிய தலைப்புகளில் அவை இடம்பெறுகின்றன.

ஆக்கல் என்ற பகுதியில் மகாத்மா காந்தியின் வாழ்க்கையோடு நெருங்கிய தொடர்புபட்ட எடுத்துக்காட்டாக உப்பு, கதர், அகிம்சை போன்ற விடயங்களைத் தலைப்பாகக் கொண்டு பதின்மூன்று கட்டுரைகள் இடம் பெறுகின்றன. சுயசரிதம் எழுதும் நடையில் அவை எழுதப்பட்டுள்ளன. இந்தப் பகுதி மகாத்மா காந்தியின் வாழ்க்கையில் இழையோடிய விடயங்களை சிறுவர்கள் விரும்பத்தக்க முறையிலே கொண்டுவந்துள்ளமை கட்டுரையின் சிறப்பாகும்.

கட்டுரைகளின் அடியில் கவிஞர் மஹாகவி புனைந்த கவிதைகள் இருப்பது இன்னும் சுவையானது.

மக்களுட் சிலரை மதுவே ஆளும்

மக்களுட் பிறரை ஆள்வது மதியே

மது என்ற தலைப்பிலான கட்டுரையில் வரும் மஹாகவியின் கவிதை இங்கு ஒரு சோற்றுப் பதமாகும்.

நோக்கல் என்ற பகுதியில் காந்தியின் வாழ்வில் நடந்த பதினைந்து சம்பவங்கள் கதைகளாகி வருகின்றன.

ஊக்கல் மகாத்மாவின் மதம் சார்ந்த கொள்கைகளை சிறுவர்களுக்குச் சொல்ல எத்தனிக்கும் பகுதி. உலக மக்கள் பின்பற்றும் பிரதான மதங்கள்பற்றி காந்தியின் கொள்கைகளைக் கோவையாக்கித் தருகிறது இப்பகுதி. கடவுள், இந்து, கீதை, பௌத்தம், கிறிஸ்தவம், இஸ்லாம், பத்துக் கற்பனைகள், சிந்தனைகள் ஆகிய எட்டு தலைப்புகள் இப்பகுதியில் அணிவகுத்து வருகின்றன.

தேக்கல் என்ற பகுதி இறுதியில் சேர்க்கப்பட்டுள்ளது.

இப்பகுதிபற்றி ரஹ்மான் வருமாறு கூறுகிறார்.

"காந்தி மகானின் வாழ்க்கை வரலாற்று நிகழ்ச்சிகள் ஆண்டு வாரியாக தேதிச் சீர்மையுடன் தொகுக்கப்படவில்லை. ஆண்டு வாரியாக அவருடைய வரலாற்றை அறிவதற்கான நூல் நான் அறிந்த வரையில் தமிழில் வெளிவரவில்லை. அத்தகைய ஒரு நூல் தமிழில் வருதல் விரும்பத்தக்கது. பல நூல்களை வாசித்து அத்தகைய நூல் ஒன்றுக்கான தகவல்களை நான் சேகரித்தபோதிலும் இந்நூலின் பக்கங்களை மனதிற் கொண்டு மிகச் சுருக்கமான முறையிலே இப்பகுதியை எழுத நேர்ந்தது."[6]

தேக்கல் என்ற பகுதியின் தேவையை உணர்த்துகிறது மேலுள்ள பந்தி.

காந்தி போதனை என்ற இந்நூல் காந்தி தொடர்பிலான பல்வேறு அவசியத் தேவைகளை தாமே முன்வந்து சுயாதீனத்துடன் நிறை வேற்றுகின்றது.

இளம்பிறை ரஹ்மானின் நூலாக்க முயற்சிகளின் பின்னணிபற்றி காந்தி போதனை ஊடாக நாம் தெளிவான விளக்கத்தைப் பெற லாம்.

இஸ்லாமிய வரலாற்றுக் கதைகள்

இலங்கையின் தமிழ்த் தேசியப் பத்திரிகையான வீரகேசரி வாரவெளியீட்டுக்கு திரு.கே.வி.எஸ்.வாஸ் அவர்கள் பொறுப் பாகவிருந்த காலத்தில் ரஹ்மானைத் தொடர்புகொண்டு தமிழ் வாச கர்களுக்குப் பொதுவாகவும் முஸ்லிம் வாசகர்களுக்குக் குறிப்பா கவும் இலக்கிய விருந்தாக அமையும் புதிய தொடர் அம்சம் ஒன்றினை எழுதி உதவும்படி கேட்டுக் கொண்டார்.

இலங்கை வானொலியில் 'செவ்வாய் மலர்' என்ற பகுதியில் ரஹ்மான் இஸ்லாமியக் கதைகள் சிலவற்றைத் தயாரித்து வழங்கியதும் மாணாக்கரிடையே அது மிகுந்த உற்சாகத்தைப் பெற்றதும் வீரகேசரியின் இந்தக் கோரிக்கையின் பின்னணியாகும்.

இஸ்லாமிய வரலாற்று நிகழ்வுகளை மக்கள் மனங்களில் கொண்டு சேர்க்க இக்கதைகள் உதவும் என்று ரஹ்மான் பலமாக நம்பினார். அதனால் எழுத ஒப்புக் கொண்டார்.

எம்.ஏ.ரஹ்மானின் இஸ்லாமிய வரலாற்றுக் கதைகள் தொடராக வருமென்று வீரகேசரி போஸ்டர் அடித்து விளம்பரம் செய்தது. இக்கதைகள் 27.02.1966 தொடங்கி வீரகேசரியில் பிரசுரமாயின.

அதுவே பின்னர் இஸ்லாமிய வரலாற்றுக் கதைகள் என்ற பெயரில் நூலாகக் கிடைத்தது. நபிகள் நாயகம் (ஸல்) அவர்கள் காலம்தொட்டு மௌலானா அபுல்கலாம் ஆசாத் வரையான இஸ்லாமிய வரலாற்றுப் பக்கங்களிலே முகிழ்த்த நாற்பது மணியான நிகழ்ச்சிகள் அடங்கிய கதைக் கோவை அது.

இஸ்லாமிய வரலாற்றுக் கதைகள் ரஹ்மானின் மூன்றாவது சிறுவர் இலக்கிய நூலாகும். முதலாம் பதிப்பு 1972 இல் அரசு வெளியீடாக கொழும்பில் வெளியானது.

இரண்டு வார காலத்தில் முதலாம் பதிப்பு முழுவதும் செலாவணியாகிவிடவே அடுத்த மாதமே இரண்டாம் பதிப்பை வெளியிட்டார்.

அன்றைய காலகட்டத்தில் தமிழ் இலக்கிய வெளியிலே புது முயற்சி என்று அதனைப் பலரும் பாராட்டினார்கள். இதுபோலும் கதை உருவாக்கும் முயற்சி முஸ்லிம் அறிஞர்களையும் எழுத்தாளர்களையும் அரிக்கத் தொடங்கியது இந்த நூலின் சாதனையாகும்.

இந்நூலின் மற்றொரு புதிய பதிப்பு 1977இலும் வேறொரு பதிப்பு 1987 காலகட்டத்திலும் சென்னை நர்மதா பதிப்பகத்தால் வெளியிடப்பட்டது.

2013இல் மீண்டும் அதனைப் புதுப்பித்து அபுதாபியில் ஐந்து நூல்களோடு சேர்த்து ரஹ்மான் இதனையும் வெளியிட்டார்.

எம்.ஏ.ரஹ்மானின் இலக்கியப் பங்களிப்பின் கூறுகளை அணுகும் ஒருவர் அவர் சிறுவர் இலக்கியத்தின்மீதே கூடுதல் விருப்புடன் இயங்கினார் என்பதை அறிந்து கொள்ளுதல் சாலும்.

சிறுவர் இலக்கியத்தில் அவர் இணைத்த புதிதுகளை தமிழ் இலக்கிய உலகு எளிதில் மறந்துவிடமாட்டா.

எம்.ஏ.ரஹ்மான் இலக்கியத்தின் பல்வேறு துறைகளில் ஈடுபட்டாராயினும் சிறுவர் இலக்கியத்திலேயே அவரது மனம் மிகுந்த நாட்டம் கொண்டிருந்தது என்பதையும் ஈழத்து சிறுவர் இலக்கிய பரப்பில் அவரது பங்கும் பணியும் பேர் சொல்லிப் பெருமைப்பட வேண்டியது என்பதையும் இந்த அத்தியாயம் தெளிவாகவே எடுத்துக் கூறுகின்றது.

அடிக்குறிப்பு

1. எஸ்.பொ வரலாற்றில் வாழ்தல் பக் 812.
2. இளம்பிறை.ரஹ்மான். எம்.ஏ. காந்தி போதனை பக் 6.
3. மேற்படி பக்13.
4. மேற்படி பதிப்புரை (இஸ்லாமிய வரலாற்றுக் கதைகள் தலைப்பின் கீழ்)
5. மேற்படி பதிப்புரை பக் 6.
6. மேற்படி பக் 132.

அத்தியாயம் 16

நாடக இலக்கியத்தில்....

இளம்பிறை ரஹ்மானின் ஆற்றலிலக்கியம் கிளை பிரிந்து படர்ந்து திமிர்த்து வளர்ந்த துறைகளில் நாடகமும் அடங்கும். வாராவாரம் வானொலி நிகழ்ச்சிகளில் பங்கு பற்றினார். இலங்கை வானொலி நிகழ்ச்சிகளின் வளர்ச்சிக்கு ஒத்துழைத்தல், சரித்திரத் தொடர் நாடகம் எழுதுதல், உரைச்சித்திர ஒலிபரப்பு, ஓரங்க நாடகம் என்று அவரின் இயங்குதளம் நாடகப் பங்களிப்பிலும் பலரதும் கவனிப்பைப் பெற்றது.

இளம்பிறையில் தனதும் பிறரதும் நாடக எழுத்துப் பிரதிகளை அட்சரம் தவறாமல் பிரசுரித்தார். நாடகப் பிரதி எழுதும் போட்டியில் கலைக் கழகப் பரிசும் வென்றுள்ளார்.

இத்துறையில் அவரின் ஈடுபாடு இந்த அத்தியாயத்தில் வெளிச்சம் பெறுகிறது.

நாடகவெளி

எம்.ஏ.ரஹ்மானின் நாடக ஆற்றலை அறிந்து அதனை சமூகப் பயன்பாட்டுக்குள் கொண்டு வருவதில் நால்வர் பெரும் பங்களிப்புச் செய்துள்ளனர்.

ஸ்ரீமா அம்மையாரின் ஆட்சிக் காலத்தில் தகவல் ஒலிபரப் புத்துறை பிரதி அமைச்சராகக் கடமையாற்றிய மூதூர் ஏ.எல்.

அப்துல் மஜீது அவர்களில் ஒருவர். இலங்கை வானொலியில் பணிப்பாளராகக் கடமையாற்றிய எம்.எச்.குத்தூஸ் மற்றொருவர். அதே வானொலியின் தமிழ்ப் பிரிவு பணிப்பாளர் வீ.ஏ. கபூர் இன்னு மொருவர். எஸ்.பொன்னுத்துரை நாலாமவர்.

இளம்பிறை ரஹ்மானின் திறமைகளை பல சந்தர்ப்பங்களிலும் நன்கு அறிந்தவர் பிரதி அமைச்சர் அப்துல் மஜீது அவர்கள். மூதூர் மற்றும் கிண்ணியா பிரதேசங்களில் நடைபெறும் தமிழ் விழாக்களுக்கும் கலைவிழாக்களுக்கும் இலக்கிய விழாக்களுக்கும் முன்கூட்டியே அழைத்து ஆலோசனை பெற்றுக் கொள்பவர்களின் பட்டியலில் ரஹ்மானையும் அடக்கியிருந்தார்.

எம்.எச்.குத்தூஸ் புத்தளத்தைச் சேர்ந்தவர். இந்தியா சென்று இசையை முறைப்படி கற்று பயிற்சி பெற்று வந்தவர். அவரே இலங்கை வானொலியில் சரித்திர நாடகமொன்றை எழுதுமாறு ரஹ்மானைக் கேட்டவர். அன்றிலிருந்து இலங்கை வானொலியுடன் ரஹ்மானுக்கு கட்டித்த உறவு விளையத் தொடங்கியது.

இலங்கை வானொலித் தொடர்பில் ரஹ்மானுடன் உறவு பூண்டிருந்த வீ.ஏ.கபூரின் வேண்டுகோளின் பேரில்தான் 'செவ்வாய் மலர்' என்ற நிகழ்ச்சி ரஹ்மான் மூலமாக இலங்கை வானொலியில் பூத்தது.

எஸ்.பொன்னுத்துரை தீவிர நாடக ஆசிரியர். இவரின் முதல் முழக்கம் என்ற நாடகம் இளம்பிறையில் பிரசுர வசதி பெற்றது. தாங்கள் எழுதிய நாடகப் பிரதிகளை அவர்களுக்குள்ளே பரஸ்பரம் பரிமாறி பொருத்தமற்ற இடறல்கள் உள்ளனவா எனப் பார்த்துக் கொள்ளும் நட்பு அவர்கள் இருவருக்கும் இடையே இருந்தது.

'தாஜ்மஹால் நிழலில்'

'தாஜ்மஹால் நிழலில்' என்பது முஸ்லிம் சேவையில் ஒலிபரப்பான இஸ்லாமிய சரித்திரத் தொடர் நாடகமாகும். வானொலியில் ஒலிபரப்பான முதலாவது சரித்திரத் தொடர் நாடகமும் அதுதான். அதனை வானொலிக்கெனத் தயாரித்தவர் எம்.ஏ.ரஹ்மான். அவரின் நாடக ஆற்றலை பிரசித்தம் செய்த பெருமை 'தாஜ்மஹால் நிழலில்' என்ற நாடகத்தையே சேரும்.

மேற்படி நாடகத்துக்குத் தேவையான வரலாற்றுத் தகவல்களை எஸ்.பொன்னுத்துரை சேகரித்து ரஹ்மானுக்கு வழங்கினார். பொருத்தமான வானொலி நாடக நடிகர்களை பணிப்பாளர் குத்தூஸ் தேர்வு செய்ததுடன் தனது இசை நுட்பங்கள் மீதான அநுபவத்தைப் பயன்படுத்தி நாடகத்தில் பொருத்தமான இடங் களில் இசையை இணைத்தார். ரஹ்மானின் கைவண்ணத்தில் 'தாஜ்மஹால் நிழலில்' உருவாகி பெருவெற்றி பெற்றது. அவருக்குப் புகழைச் சம்பாதித்துக் கொடுத்தது.

இந்நாடகத்தில் பங்குபற்றிய நடிகர்கள் பலர் பிற்காலத்தில் தேசிய அளவிலும் சர்வதேச மட்டத்திலும் புகழ் பெற்றுத் திகழ்ந்தார்கள். உலக அறிவிப்பாளர் பீ.எச்.அப்துல் ஹமீது மற்றும் பிற்காலத்தில் பாராளுமன்ற உறுப்பினராகவும் அமைச்சராகவும் உயர்ந்த ஏ.எச்.எம்.அஸ்வர் ஆகியோர் இந்த நாடகத்தில் பங்கு கொண்டவர்களே.

இந்நாடகம் முஸ்லிம் பிரிவினருக்கும் அப்பால் தமிழ் நேயர்களையும் தனக்குத் திரட்டித் தந்தது என்று எம்.எச்.குத்தூஸ் மனம் திறந்து பாராட்டித் திரிந்தார்.தமிழ் பேசும் எழுத்தா ளர்களிடையே சரித்திரத் தொடர் நாடகமொன்றை எழுதும் மோகம் துளிர் விட்டமைக்கு 'தாஜ்மஹால் நிழலில்' என்ற நாடகமும் ஒரு காரணியாக அமைந்தது என்பதைப் பலரும் ஏற்றுக் கொண்டனர்.

செவ்வாய் மலர்

'செவ்வாய் மலர்' என்பது வானொலி சஞ்சிகை நிகழ்ச்சி. அது இலங்கை வானொலி முஸ்லிம் பிரிவில் ஒலிபரப்பானது. இதனைத் தயாரித்து வழங்கியவர் எம்.ஏ.ரஹ்மான். அதற்கான வாய்ப்பை வழங்கியவர் பணிப்பாளர் வீ.ஏ.கபூர் ஆவார்.

எஸ்பொவின் கருத்தை வாசியுங்கள்.

'''தாஜ்மஹால் நிழலில்' என்ற நாடகத்தின் வெற்றியால் மிகவும் மகிழ்ந்தவர் வீ.ஏ.கபூர் ஆவார். மூதூர் தொகுதியிலுள்ள தோப்பூரைப் பிறப்பிடமாகக் கொண்ட அவர் வானொலி முஸ்லிம் பகுதியில் அல்லாமல் தமிழ்ப்பகுதியில் பணியாற்றினார்.

அறிவிப்பாளராகவும் செய்தி வாசிப்பாளராகவும் மிகவும் மதிக்கப்பட்டார். புலமைப்பரிசில் பெற்று ஜேர்மன் நாட்டில் ஒலிபரப்புத் துறையில் புதிய பயிற்சிகளைப் பெற்றுத் திரும்பிய அவர் முஸ்லிம் பகுதியில் புதிதுகள் சேர்க்க விரும்பினார். புதுமையான சஞ்சிகை நிகழ்ச்சி ஒன்றினை ரஹ்மான் மூலம் வடிவமைத்து ஒலிபரப்புதல் வேண்டும் என்கிற எண்ணத்தை தாஜ்மஹால் நிழலில் என்ற நாடகத்தின் வெற்றியே உருவாக்கியது.''[1]

செவ்வாய் மலர் என்ற மகுடத்தில் ரஹ்மான் வாராவாரம் சஞ்சிகை நிகழ்ச்சியினைத் தயாரித்து வழங்கும் வாய்ப்புப் பெற்றார். அதன்மூலம் ஏராளமான விடயங்களையும் தகவல்களையும் வழங்கினார். வாசகர்களுக்கு சுவையான சஞ்சிகையொன்றை வாசித்த திருப்தியை உருவாக்கினார்.

முஸ்லிம் பிரிவில் செவ்வாய் மலர் ஒலிபரப்பான அதே காலகட்டத்தில் தமிழ்ப் பிரிவில் கிராம சஞ்சிகை, விஞ்ஞான சஞ்சிகை, கலைக்கோலம் போன்ற நிகழ்ச்சிகள் இடம்பெற்று வந்தன. அவற்றிலிருந்து முற்றிலும் வேறுபட்டதாக ரஹ்மான் புதிதுகளைச் சேர்த்தார். அரசியல், இலக்கியம், வரலாறு, விஞ்ஞானம், சமூகம் என அதன் விடயப் பரப்புகள் விரிவாக இருந்தன. பேச்சு, கவிதை, புதிர், வினாவும் விடையும், வரலாற்றுக்கதைகள், உரைச்சித்திரம் போன்ற பல வடிவங்களின் ஊடாக செவ்வாய்க்கிழமைகளில் வானொலி முஸ்லிம் பகுதி மணம் பூசி மகிழ்ந்தது.

மீண்டும் எஸ்பொவின் கூற்று.

"ரஹ்மான் நடத்திய செவ்வாய் மலர் நிகழ்ச்சி முதன்முதலாக சஞ்சிகை நிகழ்ச்சிக்கான ஓர் உருவத்தையும் இலக்கணத்தையும் வகுத்தமைத்தது. முஸ்லிம் நிகழ்ச்சியில் ஒலிபரப்பாகிய இந்த நிகழ்ச்சி பல்லாயிரக் கணக்கான முஸ்லிம் கலைஞர்களை மட்டுமல்ல தமிழ்ச் சுவைஞர்களையும் கவர்ந்திழுத்தது. வாரா வாரம் ஆயிரக் கணக்கான கடிதங்கள் அவருக்கு வந்த வண்ணம் இருந்தன. இக்கூற்றுக்கு பரந்துபட வாழும் கலைஞர்களையும் சாட்சியமாக அமர்த்துகிறேன்.''[2]

எஸ்பொ மட்டுமல்ல வானொலிக் கலைஞர்களையும் சாட்சிக்கு வைக்கும் கூற்று இது.

செவ்வாய் மலர் ரஹ்மானின் திறமைக்கு குஞ்சம் சூடி மகிழ்ந்தது.

உரைச்சித்திரம்

வானொலியில் ரஹ்மான் ஈடுபட்ட அம்சங்களில் உரைச்சித் திரமும் ஒன்று. இவரது உரைச்சித்திரம் இளம்பிறையில் 1968 மீலாத் மலரில் நினைவுகள் என்ற தலைப்பில் பிரசுரமாகியுள்ளது. மேலும் 1969 இல் இலங்கை வானொலியில் பயணங்கள் என்னும் தலைப்பில் உரைச்சித்திரமொன்று ஒலிபரப்பான தகவல் உள்ளது. அது ஒலிபரப்பு வடிவத்திலே 1969 ஜூன் இளம்பிறையில் வெளி வந்துள்ளது.

மஹாகவி மிர்சா காலிப்

ரஹ்மான் எழுதிய உரைச்சித்திரங்களின் உச்சமாகக் கருதப் புடுவது மஹாகவி மிர்சா காலிப் எனும் அவரின் சித்திரமாகும். இது வானொலியில் 09.07.1969 இல் இரவு 8.10 மணிக்கு ஒலிப ரப்பானது.

யார் இந்த மிர்சா காலிப் என்பது நியாயமான கேள்விதான்.

பாகிஸ்தான் பிரிவதற்கு முன்னரான இந்தியாவின் ஆக்ரா மாநிலத்தில் பிறந்த மிர்சா காலிப் இந்தோ பாரசீக இலக்கியக் களத்தில் வாழ்ந்தவர். ஆரம்பத்தில் பாரசீக மொழியிலும் பின்னர் உர்து மொழியிலும் கவிதைகள் தந்தவர். இவரது கவிதைகளைத் தத்துவங்களே நிரப்பின. அதன் காரணமாக அவரது படைப்புகளை மக்கள் புரிந்து கொள்ள அவதிப் பட்டனர். அவர் 1869 இல் இவ்வுலகை விட்டுப் பிரிந்தார்.

அவரின் நினைவு நூற்றாண்டு விழா 1969 இல் இந்தியா உட்பட உலக நாடுகள் பலவற்றிலும் கொண்டாடப்பட்டது. ஐ.நா சபையின் யுனெஸ்கோ நிறுவனம் காலிபின் தேர்ந்தெடுத்த இலக் கியப் படைப்புகளை ஒரு நூலாக வெளியிட்டது.

இத்தகைய புகழ்வாய்ந்த கவிஞனின் நூற்றாண்டு நினைவாக இளம்பிறை ஜூன் 1969 இதழில் 'காலிப் கவிவளம்' என்ற மொழி பெயர்ப்புக் கட்டுரையொன்றைப் பிரசுரித்து மனநிறைவு கண்டது.

ஏற்கனவே குறிப்பிட்டதைப்போல காலிப் உயிர் வாழ்ந்த காலத்தில் அவரது கவிதைகள் உரிய முறைப்படி மக்களால் மதிக்கப்படவில்லை. இதனை முன்கூட்டியே உணர்ந்து கொண்ட காலிப் எழுதிய ஒரு கவிதை இது.

நான் பிறக்கு முன்பே என் நட்சத்திரம்
அதன் உச்சத்தை எட்டிவிட்டது.
நான் மறைந்த பிறகு என்கவிதையை
உலகமே போற்றிப் புகழும்

எம்.ஏ.ரஹ்மானின் இலக்கிய உலாவின் எல்லையை மிர்சா காலிப் என்ற இந்த உரைச்சித்திரம் சிறப்பாகப் படம் பிடிக்கின்றது.

ஓரங்க நாடகம்

இளம்பிறையில் பிரசுரமான பல்வேறு ஆக்கங்களில் ஓரங்க நாடகமும் ஒன்றாகும். ரஹ்மானுடையதும் பிறரதுமான ஓரங்க நாடகங்கள் அடிக்கடி இளம்பிறையில் பிரசுர வசதி கண்டன.

ஓரங்க நாடகம் என்பது மேடையில் திரை விலகினால் திரை மீண்டும் கீழிறங்கும்வரையான காலஇடைவெளியில் நாடகம் நடந்து முடியும். அடிக்கடி திரை எழுவதும் விழுவதுமான பல அங்கங்கள் இடம்பெற மாட்டா.

எம்.ஏ.ரஹ்மான் இளம்பிறை 1968 ஜூன் இதழில் 'நம்பிக்கை' என்ற ஓரங்க நாடகத்தை எழுதினார். இஸ்லாம் கூறும் சகோதரத்துவ போதனையை மையப் பொருளாகக் கொண்டு அது எழுதப்பட்டது.

அந்நாடகம் இளம்பிறையில் வெளியான பிற்பாடு கிடைக்கப் பெற்ற பிரதிபலிப்புகள் ரஹ்மானை மகிழ்ச்சிப்படுத்தியது. நான்கு பிரதான சமயங்களின் ஊடான அடிப்படைத் தத்துவங்களை மையமாக வைத்து மேடையில் அரங்கேற்றத்தக்கதாக நான்கு பா நாடகங்களை எழுதும் எண்ணம் உதிக்கலாயிற்று. 'தரிசனம்'

என்னும் தலைப்பில் நான்கு நாடகங்கள் தயாராயின. நம்பிக்கை (இஸ்லாம்) சகோதர தத்துவத்தையும் ஞானம் (கிறிஸ்தவம்) ஈசா நபியின் மரணத்தின் தரிசனமாகவும் கானம் (இந்து) கீதையின் உபதேசங்கள் தந்த விளக்கமாகவும் தானம் (பௌத்த) மதபோத னையை விளக்கும் வகையிலும் நான்கு நாடகங்களும் அமைந்தன. இவை தரிசனம் என்ற பெயரில் கொழும்பில் மேடையேற்றப்பட்டு பிகப்பிரமாண்டமான வரவேற்பைப் பெற்றது.

ரஹ்மானின் ஓரங்க நாடகச் சிந்தனை அங்கீகாரம் பெறத் தொடங்கியது.

ஞானம் என்ற நாடகம் 25.03.1970 இல் வானொலியிலும் ஒலிபரப்பானது.

இலங்கையின் புகழ் பெற்ற நாடக நடிகரான லடிஸ் வீரமணி ஞானம் என்ற நாடகத்தை நாடளாவிய ரீதியில் மேடையேற்றியதோடு பாடசாலைகளிலும் இலங்கைக்கு வெளியேயும் அதனை அரங் கேற்றம் செய்து புகழ் சம்பாதித்தார்.

ஏனைய துறைகளில் ரஹ்மான் பெற்ற அடையாளம் நாடகத் துறையிலும் அவருக்குக் கிடைக்கலாயிற்று.

அடிக்குறிப்பு

1. எஸ்.பொ வரலாற்றில் வாழ்தல் பக் 997.
2. எஸ்.பொ இஸ்லாமும் தமிழும் பக் 103.

அத்தியாயம் 17

பதிப்புரை இலக்கியத்தில்....

நோக்காடு தாயினால் மட்டுமே உணரக்கூடிய பிரசவ வலி. அதனை மற்றவர்களால் பங்கிட்டுக் கொள்ளவோ பகிரவோ முடியாது. ஆனால் நூலொன்றின் பிரசவம் இதற்கு நேர் மாறானது. நூலை எழுதும் ஆசிரியனால் மட்டும் அதன் வலி உணரப்படாமல் அச்சகத்தார், வெளியீட்டாளர் என்று வலியின் பின்னம் ஈடுபாட்டின் அளவைப் பொறுத்து கணியத்தால் வேறுபடும்.

வெளியீட்டாளரின் வலி வெளியீட்டுரையிலோ பதிப்புரை யிலோ அல்லது வேறு ஏதாவது தலைப்பிலோ வாசகர்களுக்கு வந்து சேரும். சில சந்தர்ப்பங்களில் 'ஆனந்த வலியாக' கோலம் புனையும் வாய்ப்புகளும் அரிதாக இடம் பெறுவதுண்டு.

இந்த அத்தியாயம் அரசு வெளியீடு தந்த பதிப்புரைகள் பற்றி யதாகும்.

எம்.ஏ.ரஹ்மான் பற்றிய நூலில் அவரின் எழுத்து இலாவண் யத்தைப் பற்றிக் கதையாடல் நிகழ்வது தர்ம நியாயமே. அதன் ஒரு கிளையாகவே பதிப்புரைகள் பற்றிய இப்பகுதி அமைகிறது. எழுத்தின் சுவை நுகர்வுக்காக மட்டுமல்லாமல் பதிப்புரை வெளி யான காலத்தின் சூழ்நிலை மற்றும் இலக்கிய நகர்வுகள்பற்றி அறியவும் இங்கு வாய்ப்புக் கிடைக்கும்.

அரசு வெளியீடு முப்பத்தாறு நூல்களையும் ரஹ்மான் இந்தியா மீண்ட பின்னர் தொடங்கிய இளம்பிறை பதிப்பகம் முப்பது நூல்களையும் மொத்தமாக அறுபத்தாறு நூல்களை வெளியிட்ட சாதனை நிகழ்ந்துள்ளது. இதனைப் பிரயோக வழிக்குக் கொண்டு வந்தவர் இளம்பிறை ரஹ்மான். அதன்மூலம் தமிழில் படைப் பிலக்கியத் துறைக்கு அவர் பட்டுக் குஞ்சம் கட்டியுள்ளார் என்பதை எவரும் மறுக்க முடியாது.

அரசு வெளியீடு கண்ட நூல்களின் பதிப்புரைகள் மட்டுமே இங்கு கவனம் பெறுகிறது. அவ்வெளியீட்டின் அனைத்து நூல்களிலிருந்தும் பதிப்புரைகளைக் கொண்டு வருதல் இங்கே சாத்தியமல்ல. இந்த அத்தியாயம் அதனைத் தாங்கவும் மாட்டா.

எனவே 'மாதிரி' அமைப்பில் மூன்று பதிப்புரைகள் பற்றிய கருத்துகள் இங்கே மலர்கின்றன..

தோணி (1962)

கிழக்கிலங்கை மண்ணின் வாசனையை முதன்முதலாக எழுத்துக்குள் கொண்டு வந்தவர் வ.அ.இராசரத்தினம். அவரின் தோணி என்ற சிறுகதைத் தொகுதியை அரசு வெளியீடு தனது கன்னி முயற்சியாக வெளியிட்டு மகிழ்ந்தது. அதன் மூலம் நூலொன்றுக்கான பதிப்புரையை முதன்முதலாக எழுதும் பாக்கியதை ரஹ்மானுக்கு வரமாக வந்து வாய்த்தது.

"ஈழத்திலும் தமிழகத்திலும் நூலின் மேலுறைக்காகச் செலுத் தப்படும் அக்கறையை நாம் தவிர்த்து அட்டையிலும் அமைப்பிலும் புதுமுறையைக் கையாண்டுள்ளோம். இப்புது அமைப்பை எழுத்தாளர்களும் வாசகர்களும் வரவேற்பார்களென்று எண்ணு கிறோம்''

தோணி பதிப்புரையின் ஒரு பகுதி அது.

அரசு வெளியீட்டின் ஆரம்பமே புதிது படைக்கும் ஆவலில் மலர்ந்துள்ளது என்பதை மேலுள்ள பதிப்பு வரிகள் எண்பிக்கின்றன..

நூல் வெளியீட்டின்போது அதன் அட்டைப் படத்துக்காக வீணாக வியர்வை சிந்திய காலகட்டத்தில் அட்டையிலும் அமைப்

பிலும் மாற்றங்களை அரசு வெளியீடு கொண்டு வந்தது என்ற செய்தியை பதிப்புரையிலே நாம் படிக்கிறோம்.

பரியாரி பரமர்

அரசு வெளியீட்டின் எட்டாவது நூலாக இலங்கை வானொலியின் நாடகத்துறை தலைவர் எஸ்.சண்முகநாதன் என்னும் சானாவின் பேனாச் சித்திரம் வெளியானது. பேனாச் சித்திரங்கள் என்பது தனித்ததொரு தமிழிலக்கிய வடிவமாகும்.

நூலில் பன்னிரெண்டு பேனாச் சித்திரங்கள் அடங்கியிருந்தன.

''இருபத்தைந்து வருடங்களுக்கு முன்னர் பேனாச்சித்திரங்கள் எழுதும் முறையை இலங்கையில் அறிமுகப்படுத்தியவர் சானா. அவருடைய பேனாச் சித்திரங்கள் ஈழகேசரியின் களஞ்சியத்தில் தூங்கிக் கிடந்தன.அவற்றை வெளியிலெடுத்து நாம் புதிய கோலத்தில் முதலாவது பேனாச் சித்திரத் தொகுதியை வெளியிடுகின்றோம். தரமான நூல்களை எளிமை தழுவிய அழகிய அமைப்புடன் வெளியிட வேண்டும் என்பது நமது இலட்சியம். இந்நூலுக்கு அழகூட்ட ஒவ்வொரு பேனா சித்திரத்திற்கும் படங்கள் சேர்த்துப் பொலிவூட்டியுள்ளோம்''.

காந்தி போதனை

காந்தி நூற்றாண்டின்போது ஒருசேர ஐந்து நூல்கள் வெளிவந்தன என்று முன்னரும் குறிப்பட்டுள்ளோம். அதில் 'காந்தி போதனை' என்ற ரஹ்மானின் நூலின் பதிப்புரை இது.

''நான்கு நூல்களின் பதிப்பு வேலைகளுடன் ஐந்தாவது நூலை நானே எழுதிச் சமைத்தல் வேண்டும் என்பது விரும்பி ஏற்றுக் கொண்ட சுமையாகும். மற்றைய வேலைச் சிரமங்களின் மத்தியிலும் இந்நூலுக்குத் தேவையான தெளிவான தகவல்களைச் சேர்ப்பதிலும் அவற்றைச் சிறுவர்க்கேற்ற முறையிலே எழுதுவதிலும் ஈடுபடலானேன். சுமை எனத் தோன்றிய ஒரு பணி சுகமான அநுபவமாகவும் அமையலாயிற்று. இதனை எழுதியபொழுது சிறார் சஞ்சரிக்கும் விந்தை உலக அநுபவமும் கிட்டியதால் பிற

வேலைகளினால் ஏற்பட்ட சோர்வினைப் போக்கிக் கொள்ளும் 'டானிக்' ஆகவும் இப்பணி பொலிவுற்றது.''

பதிப்புரையின் மத்தியில் எழுத்தும் கருத்தும்

அரசு வெளியீட்டின் பதிப்புரைகள் இலக்கியத் தொனியுடன் வெளிவருவது மட்டுமல்லாமல் குறிப்பட்ட காலகட்டத்தின் போக்கினை நோக்கித் தெளிவாக விரல் நீட்டும் பான்மையும் கொண்டது. மேலுள்ள பதிப்புரை மாதிரிகளை உன்னி வாசிப் பதன்மூலம் அதனை ருசுப்படுத்திக் கொள்ளலாம். எம்.ஏ ரஹ்மானின் எழுத்தினதும் அதனூடாகத் தலைகாட்டும் கருத்தி னதும் ஒரு பின்னம் பதிப்புரைகளிலும் வாழ்கின்றது என்பது மறுக்கவொண்ணாத உண்மையாகும்.

முடிவாக

இலங்கையிலும் வெளிநாடுகளிலும் இளம்பிறை ரஹ்மான் இலக்கிய சஞ்சிகையாளர் என்றே பலாரலும் அறியப்பட்டவர். இளம்பிறையும் உருபு வாய்ந்த பணிகளால் இலக்கிய உலகுக்கு தனது பங்களிப்பை நல்கியது. அச்சஞ்சிகையின் ஒன்பது வருடகால பயணிப்புக்கும் அப்பால் எம்.ஏ.ரஹ்மான் ஆக்க இலக்கிய ஈடுபாடு கொண்டவராகவும் திகழ்ந்தார்.

இவைபற்றியெல்லாம் ஓரளவு இந்நூல் பேசுகின்றது. பலரும் அறியாத சில விடயங்களும் இந்நூலில் முளைத்துள்ளது.

சஞ்சிகையாளர் என்ற வட்டத்திற்கு வெளியே எம்.ஏ.ரஹ்மான் பல்துறை இலக்கிய எழுத்து முயற்சிகளுக்காகவும் பேசப்பட வேண்டியவர் என்பதை இந்நூலின் அத்தியாயங்கள் சந்தேகமற ருசுப்படுத்துவதை விளங்கிக் கொள்வது கடினமல்ல.

தீட்டு மனப்பான்மை கொண்டோர் கையிலெடுத்த புத்திஜீவித சர்வாதிகாரத்தின் காங்கையினால் அவரின் எழுத்து வல்லபங்கள் மறைக்கப்பட்டாலும் காலவோட்டத்தில் ரஹ்மான் வெற்றி பெற்றுள்ளார் என்பதன் சாட்சியமாகவும் இந்நூல் வெளி வந்துள்ளது.

இருட்டடிப்புகளை மீறி வெளியே வந்த மனிதத் தொகுதியில் வெற்றி பெற்றவர்களில் அவரும் ஒருவர் என்பதை ஒவ்வொரு அத்தியாயமும் உரத்துக் குரல் கொடுக்கிறது.

இந்நூலில் அவரின் இலக்கிய வாழ்வின் ஒரு கணியத்தை நாம் தரிசிக்க ஒரு வாய்ப்புக் கிடைத்தமை இந்நூல் நமக்குத் தந்த பேறாகும்.

இணைப்பு -1   அரசு வெளியீடு தந்த நூல்களின் பட்டியல்

1. தோணி - சிறுகதைகள் வ.அ.இராசரத்தினம்
2. வாழையடி வாழை - சரிதம் - வித்துவான் க. செபரெத்தினம்
3. பகவத்கீதை வெண்பா - புலவர்மணி பெரியதம்பிப்பிள்ளை
4. இளமைப் பருவத்திலே - சிறுவர் நூல் - எம்.ஏ.ரஹ்மான்
5. மரபு - உருவகக் கதைகள் - எம்.ஏ. ரஹ்மான்
6. ஈழத்து இலக்கிய வளர்ச்சி இரசிகமணி கனக செந்திநாதன்
7. அண்ணல் கவிதைகள் - கவிஞர் அண்ணல்
8. பரியாரி பரமர் - பேனாச் சித்திரம் - சண்முகநாதன் (சானா)
9. இலக்கிய உலகம் - கவிஞர் வி. கந்தவனம்
10. காப்பியச் சொற்பொழிவுகள் - பெருங்காப்பியம் பத்து
11. புதுயுகம் பிறக்கிறது - சிறுகதைகள் - மு.தளையசிங்கம்
12. மஹாகவியின் குறும்பா - மஹாகவி
13. ரசிகர் குழு போட்டிக் கதைகள்
14. வீ - சிறுகதைகள் - எஸ்.பொ
15. நபிமொழி நாற்பது - புலவர்மணி ஆ.மு. ஷரிபுத்தீன்
16. முஸ்லிம் தமிழ்ப் பாரம்பரியம் - எம்.கே.செய்யிது அஹமது
17. இஸ்லாமிய தமிழ் இலக்கியச் சொற்பொழிவுகள்
18. ஞானப் பள்ளு - கலாநிதி ஆ.சதாசிவம்
19. ஈழத்துத் தமிழ் நூல் வரலாறு - வித்துவான் எப்.எக்ஸ்.சி.நடராஜா
20. மாணாக்கரின் காந்தி
21. காந்தி தரிசனம் - எஸ்.பொ
22. காந்தி பாமாலை - அண்ணல்
23. காந்தியக் கதைகள் - எஸ்.பொ
24. காந்தி போதனை எம்.ஏ.ரஹ்மான்
25. மத்து - கட்டுரைக் கோவை - ஏ.ஜே.கனகரத்ன
26. அவாந்தி கதைகள் - எச்.எம்.பி. முஹிதீன்
27. எஸ்.பொ அறிக்கை
28. சடங்கு - எஸ்.பொ
29. சதுரங்கம் - எஸ்.பொ
30. அப்பையா காவியம் - எஸ்.பொ
31. வலை - நாடகம் - எஸ்.பொ
32. கவியரங்கில் கந்தவனம்
33. இஸ்லாமிய வரலாற்றுக் கதைகள் - எம்.ஏ.ரஹ்மான்
34. ? - எஸ்.பொ
35. நமது பாதை ஏ.எல்.ஏ.மஜீது
36. நமது செல்வம் - நாகூர் ஏ பாவா

இணைப்பு -2

இளம்பிறை பதிப்பக நூல்களின் பட்டியல்

1. நந்தாவதி - சிறுகதைகள் - நவம், இலங்கை.
2. காத்திருத்தல் - கவிதைகள் - நவம் அரவிந்தன், ஜேர்மனி.
3. புதியதல்ல புதுமையல்ல - கவிதைகள் - எழிலன், ஜேர்மனி.
4. பாவலரேறு பெருஞ்சித்திரனார் - இர.ந.வீரப்பனார், மலேசியா.
5. ஈரமுள்ள காவோலைகள் - நாடகம் - செல்வவேல், இலங்கை
6. உலகத் தமிழர் - பாகம் 2 - இர.ந.வீரப்பனார், மலேசியா.
7. மும்மொழித் திருக்குறள் - இர.ந.வீரப்பனார், மலேசியா.
8. கனவுச்சிறை - நாவல் - தேவகாந்தன், கனடா.
9. பத்துப்பாட்டு - கவிதைகள் - கவிஞர் வி.கந்தவனம், கனடா.
10. ஆறுமுகம் - கவிதைகள் - கவிஞர் வி.கந்தவனம், கனடா.
11. புதுக்கோலங்கள் - பாடல்கள் - கோவிலூர் செல்வராஜன், நோர்வே.
12. எனக்காகப் பூக்கும் (நாவல்) ஏ.ரகுநாதன். பிரான்ஸ்.
13. உலகத் தமிழர் (பாகம் - 3) இர.ந.வீரப்பனார், மலேசியா.
14. பர்மா பெரியார் - டி.எஸ்.மணி, பர்மா.
15. அரை மனிதர்கள் - சிறுகதைகள் - பாரதிபாலன், டென்மார்க்.
16. குருதி மண் - சிறுகதைகள் - க.தேவகடாட்சம், இலங்கை.
17. பிரான்சில் அரசியல் புகலிடம் - சட்ட வழிகாட்டி நூல்
    - ஆர்.சகாதேவன், பிரான்ஸ்.
18. மொஸ்கோ அநுபவங்கள் - ஆரையம்பதி க.சபாரெத்தினம்,
    பெய்ரூத் - லெபனான்.
19. சொந்தங்கள் - நாடகங்கள் - உம்முசல்மா இக்பால், மலேசியா.
20. உடல் உயிர் ஆத்மா - நாவல் - டாக்டர் ஜி.ஜான்சன், மலேசியா.
21. சமரச பூமி - நாவல் - கு.ஜெயக்குமார், டென்மார்க்.
22. மனோபாவம் - கவிதைகள - சக்திசாந்தன், கனடா.
23. மனோராகம் - கவிதைகள் - சக்திசாந்தன், கனடா.
24. பாரதிதாசன் பாட்டின்பம் - கட்டுரைகள் - க.கிருஷ்ணமூர்த்தி, மலேசியா.
25. அது அவளுக்குப் பிடிக்கல - சிறுகதைகள் - எஸ்.பியாமா, மலேசியா.
26. மண்வாசம் - கவிதைகள் - கோவிலூர் செல்வராஜன், லண்டன்.
27. இஸ்லாமியக் கலை - கட்டுரைகள் - எஸ்.எம்.ஏ.அஸீஸ், இலங்கை.

இணைப்பு - 3

மறுபதிப்பு நூல்கள்

இளம்பிறை ரஹ்மான் எழுதியது.

1. இளமைப் பருபத்திலே!
2. காந்தி போதனை
3. இஸ்லாமிய வரலாற்றுக் கதைகள்
4. மரபு - உருவகக் கதைகள்
5. சிறு கை நீட்டி - சிறுகதைகள்

உசாத்துணை

நூல்கள்

- எஸ்பொ. இஸ்லாமும் தமிழும் (2002) மித்ர ஆர்ட்ஸ் & கிரியேஷன்ஸ், சென்னை.
- எஸ்பொ. வரலாற்றில் வாழ்தல் (2003) மித்ர ஆர்ட்ஸ் & கிரியேஷன்ஸ், சென்னை.
- எஸ்.பொ. நீலாவணன்:எஸ்பொ நினைவுகள் (2008) மித்ர ஆர்ட்ஸ் & கிரியேஷன்ஸ், சென்னை.
- எஸ்பொ. தீதும் நன்றும் பிறர்தர வாரா (2007) மித்ர ஆர்ட்ஸ் & கிரியேஷன்ஸ், சென்னை.
- இளம்பிறை ரஹ்மான் எம்.ஏ. சிறுகை நீட்டி(2013) இளம்பிறை பதிப்பகம், சென்னை.
- ஹஸன்.எஸ்.எம்.ஏ. அருள்வாக்கி அப்துல் காதர் (1973).
- பீர் முகம்மது. ஏ. எஸ்.பொன்னுத்துரை முஸ்லிம்களுடனான உறவும் ஊடாட்டமும் (2021), பேஜஸ் புத்தக இல்லம், அக்கரைப்பற்று.
- குணராசா. க. (செங்கை ஆழியான்), ஈழத்துச் சிறுகதை வரலாறு(2001), வரதர் வெளியீடு, யாழ்ப்பாணம்.
- ரஹ்மான்.எம்.ஏ. காந்தி போதனை (2013), இளம்பிறை பதிப்பகம், சென்னை.
- பேரா.இளந்திரையன் சாலை தமிழில் சிறுகதைகள்(1965) சென்னை
- கோப்பாய் சிவம் (இலங்கையில் தமிழ் பத்திரிகைகள் சஞ்சிகைகள் 1985)

சஞ்சிகைகள்

- இளம்பிறை, கொழும்பு இலங்கை.
- ஜீவநதி அல்வாய் இலங்கை.
- பொன்னி மலேசியா.

ஆசிரியரின் பிற நூல்கள்

- கருதுகோள் - க.பொ.த (உ/த)
- அநுபவம் பெறுவோம் (தரம் -1 செயல் நூல்)
- கடல் ஒருநாள் எங்கள் ஊருக்குள் வந்தது. (சிறுவர் கவிதை)
- அரசியல் வானில் அழகிய முழுநிலா (கவிதை - இணைப் பதிப்பாசிரியர்)
- ஒரு கிராமத்துச் சிறுவனின் பயணம் (வாழ்வியல் - தொகுப்பாசிரியர்)
- விபுலாநந்த அடிகளும் முஸ்லிம்களும் (ஆய்வு)
- திறன் நோக்கு (நூல்கள் பற்றிய கட்டுரைகள்)
- எஸ். பொன்னுத்துரை முஸ்லிம்களுடனான உறவும் ஊடாட்டமும்.

பிற்சேர்க்கை

அக்கரைப்பற்று புத்தகக் காட்சி 07.10.2022 தொடங்கி ஆறு நாட்கள் இடம்பெற்றன. அதில் 09 நூல்கள் வெளியிடப்பட்டன. அதில் ஒன்றாக, **'இளம்பிறை எம்.ஏ. ரஹ்மான் - இருட்டிலிருந்து வெளிச்சத்துக்கு வந்தவர்'** என்ற நூலும் வெளியிடப்பட்டது.

இந்நிகழ்வுக்கு, பட்டய நில அளவையாளர் ஏ.முஹிதீன் பாவா அவர்கள் தலைமை தாங்கினார். சிறப்பு விருந்தினராக, கிழக்குப் பல்கலைக்கழக சிரேஷ்ட விரிவுரையாளர் அருட்தந்தை அ.அ.நவரத்தினம் அவர்கள் (மறைந்த எழுத்தாளர் வ.அ.இராச ரத்தினத்தின் மகன்) கலந்துகொண்டு சிறப்புரையாற்றினார்.

பிரதம அதிதியாக கலந்து கொண்டு பேராசிரியர் எம்.ஏ. நுஃமான் அவர்கள் நோக்க உரை நிகழ்த்தினார்.

அவரது உரையில் 'இளம்பிறை' எம்.ஏ.ரஹ்மான் பற்றி குறிப்பிட்ட பகுதியினை அதன் முக்கியத்துவம் கருதி இங்கே இணைத்திருக்கிறோம்.

இந்நிகழ்வில் ஒன்பது புத்தகங்கள் வெளியிடப்பட்டன. இது தொடர வேண்டும். இதற்கு எனது பாராட்டுக்களை தெரிவித்துக் கொள்கின்றேன்.

மற்றது, புத்தகப் பண்பாட்டோடும் கலையோடும் சம்பந்தப்பட்டோர் விருது வழங்கி கௌரவிக்கப்பட்டிருக்கிறார்கள். இதில் நால்வர் புத்தகப் பண்பாட்டோடு சம்பந்தப்பட்டவர்கள். இது முக்கியமான விடயம் என்று நினைக்கிறேன்.

இதில் எம்.ஏ.ரஹ்மான் அவர்களுக்கு வழங்கப்பட்ட விருது பற்றி நான் முதலில் சொல்ல வேண்டும். நானும் மிகவும் சந்தோசப் படக்கூடிய விடயம்தான் இது.

இலங்கையிலே புத்தகப் பண்பாட்டோடு நீண்டகாலமாக மிக நெருக்கமாக உறவு கொண்டவர் அவர்.

நான் இலக்கிய உலகிலே தவழ்ந்து கொண்டிருந்த காலத்திலே எனக்கு அனுசரணையாக இருந்தோர் என்று மூன்று பேரைச்

சொல்லலாம். நீலாவணன், எஸ்.பொன்னுத்துரை, எம்.ஏ.ரஹ்மான். இதில் எஸ்.பொ, ரஹ்மான் ஆகிய இருவரும், எனது கவிதைகள் பத்திரிகைகளில் பிரசுரமாவதற்கு உதவியிருக்கின்றனர்.

1960களில் கொழும்பு பத்திரிகை உலகில் எம்.ஏ.ரஹ்மான், எஸ். பொன்னுத்துரை ஆகியோர்தான் ஆதிக்கம் செலுத்தினார்கள். தேசிய பத்திரிகைகளிலும் சிறுசஞ்சிகைகளிலும் அவர்களது ஆதிக்கம் இருந்தது. அதனால் என்னைப்போன்ற ஆரம்ப எழுத்தாளர்களின் படைப்புகள் பத்திரிகைகளில் இலகுவாக பிரசுரமாகின. இதை இந்த இடத்திலே பகிரங்கமாக சொல்ல வேண்டும். முன்பும் இதை நான் சொல்லியிருக்கிறேன்.

நண்பர் ஏ.பீர் முகம்மது எழுதிய புத்தகத்தில், ரஹ்மான் இருட்டடிப்பு செய்யப்பட்டார் என்று வருகின்றது. எனக்கு அதில் கொஞ்சம் கருத்து வேறுபாடு இருக்கிறது. ரஹ்மான் இருட்டடிப்பு செய்யப்பட்டார் என்று நான் சொல்ல மாட்டேன். ஏனென்றால், ரஹ்மான் இங்கு இருக்கும் வரைக்கும், பலராலும் அங்கீகரிக்கப்பட்ட முக்கியமான ஓர் ஆளுமையாகத்தான் இருந்திருக்கிறார்.

தமிழ்நாட்டில் வாசகர் வட்டம் 1970களில் தான் புதிய முறையில் நூல்களை வெளியிடத் தொடங்கியது. அதற்கு முன்னர் 1960களிலேயே அரசு வெளியீடு அழகான, தனித்துவமான முறையில் புத்தகங்களை வெளியிட்டு சாதனை படைத்தது. இலங்கையில் புத்தக வெளியீட்டிற்கு ஒரு இடம் இருக்கிறது என்பதை ரஹ்மான் நிறுவினார்.

அந்தவகையில், இலங்கைத் தமிழ் இலக்கிய உலகில் ரஹ்மான் முக்கியமான ஆளுமையாக விளங்கினார் என்று நான் சொல்வேன். இலங்கையில் எழுத்துத்துறை, பத்திரிகைத்துறை, நூல் வெளியீட்டுத் துறை ஆகியவற்றின் வரலாற்றில், எம்.ஏ.ரஹ்மானின் பெயர் அழிக்க முடியாததாக இருக்கின்றது. அவரை யாரும் இருட்டடிப்பு செய்ய முயன்றார்கள் என்பதை என்னால் நம்ப முடியவில்லை.

ஆனால், அவரைப் பற்றி முதன்முதலில் நண்பர் ஏ.பீர் முகம்மது நூலொன்றை எழுதியிருக்கின்றார். இது ரஹ்மான் பற்றிய நல்ல

தொரு ஆவணப் பதிவாகும். இந்தமாதிரியான புத்தகங்கள் வருவதும், இன்றைய தலைமுறையினருக்கு ரஹ்மானை அறிமுகப்படுத்துவதும், இப்படியான நூலை 'பேஜஸ் புத்தக இல்லம்' வெளியிடுவதும் அவரை கௌரவிப்பதும் முக்கியமானது.

அவ்வகையில் நண்பர் ஏ.பீர் முகம்மது அவர்களுக்கும் எனது பாராட்டுக்களைத் தெரிவித்துக் கொள்கின்றேன்.

குறிப்பு : பேராசிரியர் எம்.ஏ.நுஃமானின் இவ்வுரையானது, இந்நூலின் இரண்டாம் பதிப்பில் பிற்சேர்க்கையாக இணைத்துக் கொள்ளப்படுகின்றது.

அட்டைப்பட விளக்கம்

தமிழ்நாட்டில் சிவகங்கைச் சீமையென பெயற் பெற்றது இம்மாவட்டம். சுதந்திரப் போராட்ட வீராங்கனை வேலு நாச்சியார் ஆட்சி புரிந்த நகரம் இது. இதில் முக்கிய ஊர் திருப்புத்தூர் ஆகும். மருது சகோதரர்கள் ஆண்டபோது இங்குள்ள கோட்டை இடிக்கப்பட்டு கிழக்கிந்திய கம்பெனியால் 24.10.1801இல் தூக்கிலிடப்பட்டனர். அவர்கள் சமாதி இங்கு உள்ளது.

சீதேவி குளம்

இந்த ஊரின் பிரமாண்டம் இங்குள்ள குளம். இது ஊரின் மத்தியில் விசாலமாக அமைந்துள்ளது, இதற்கு ஏராளமான வரலாற்றுக் குறிப்புகள் உள. சீதளி என அழைக்கப்படும் இதன் வடகரையில் சுமார் 200 மீட்டர் தொலைவில்தான் இளம்பிறை ரஹ்மான் பிறந்தார். இக்குளம் மருவி சீதேவி என்று அழைக்கப்படுகிறது. இக்குளத்தின் நான்கு பகுதிகளிலும் 12 துறைகள் உள. தலைமுறை தலைமுறையாக சீதேவி குளத்தில் குளித்து வாழ்ந்ததை நினைவூட்ட குடும்பத்தினர் 19.06.2022 அன்று அங்கு சென்றனர். அங்கு வடகரையில் நின்று பார்த்துக்கொண்டிருக்கும்போது எதிர்பாராமல் அவரது மகள் ஜஹான் ஆரா எடுத்த படம் இது.

Reprint –
November 2022

First Edition
October – 2022

Price in India
Rs. 150.00

Pages
116

மறு பதிப்பு -
நவம்பர் 2022

முதற் பதிப்பு
அக்டோபர் 2022

இந்தியா விலை
ரூபாய். 150.00

பக்கங்கள்
116

M.A.Rahman
New No.20 Abdullah Street
Choolaimedu Chennai 600 094
INDIA

Phone : 9840875419
9790719834
Email : ilampirairahman@gmail.com